வாயாடிக் கவிதைகள்

பெருந்தேவி

இது பெருந்தேவியின் ஐந்தாம் கவிதைத் தொகுப்பு. முதல் தொகுப்பு 'தீயுறைத்தூக்கம்' விருட்சம் – சஹானா வெளியீடாக 1997இல் வெளிவந்தது. அடுத்த தொகுப்புகள் 'இக்கடல் இச்சுவை' 2006இலும் 'உலோகருசி' 2010இலும் காலச்சுவடு பதிப்பகத்தால் வெளியிடப்பட்டன. 'அழுக்கு சாக்ஸ்' தொகுப்பை 2016இல் விருட்சம் வெளியிட்டது.

தொடர்புக்கு: sperundevi@gmail.com

வாயாடிக் கவிதைகள்

பெருந்தேவி

வெளியீடு

வாயாடிக் கவிதைகள் ★ கவிதைகள் ★ ஆசிரியர் : பெருந்தேவி ★ © பெருந்தேவி ★ முதற்பதிப்பு : டிசம்பர், 2016 ★ பக்கம் : 112 ★ வெளியீடு : விருட்சம், சீத்தாலட்சுமி அபார்ட்மெண்ட்ஸ், 7, ராகவன் காலனி, மேற்கு மாம்பலம், சென்னை 600 033 ★ அட்டை : Courtesy Mary Nash by Clara Tice (1916), Ink on paper, Public Domain

விலை : ரூபாய் 100

Vayadi Kavithaikal ★ Poems ★ Author : Perundevi © Perundevi ★ First Edition : December 2016 ★ Size : Demy 1 x 8 ★ Pages : 112 ★ Published by : Virutcham, Seethalakshmi Apartments, 7, Raghavan Colony, West Mambalam, Chennai 600 033 ★ Cover: Courtesy Mary Nash by Clara Tice (1916), Ink on paper, Public Domain

Price : Rs.100

ISBN 978-81-93178-06-5

கவிஞர்களுக்கு சமர்ப்பணம்

ஞானக்கூத்தன்

சார்ல்ஸ் புக்காவ்ஸ்கி

நன்றி

கல்குதிரை, நவீன விருட்சம்,
மணல்வீடு, இடைவெளி, புது எழுத்து,
அமுதசுரபி மற்றும் வாசக நண்பர்களுக்கு

உள்ளே

தோன்றிய போக்கில்	13

கவிதைகள்

குட்டி ஸ்டூல்	17
நான் யார் நான் யார் நீ யார்	18
ஹலோ மிஸ்டர்ஸ்!	19
பிரகாரம்	20
ஆள் மாறாட்டம்	21
உங்கள் வீட்டு முயல்குட்டி	22
காதோர ரோஜா	23
உடைமை	25
கீபோர்ட் வசியம்	26
சோகை பீடித்த அன்றாடத்தை விட்டு வெளியேறக் கண்டுபிடிக்கப்பட்ட கதவு	27
திரைப் பாதுகாவலர்	28
உறவு பாராட்டல்	29
என்ன வெக்கை	30
மாதுளம் பூ	31
புற்று	32
சிவாஜிகளுக்கு	33
நினைவுப் பழக்கம்	35
என் இருப்புக்கென்ன பொருள்?	36
மை	38
என்ன சரியா?	39
மல்லிகை மொக்கு	40

பெயர்க் கதம்பம்	41
ஆணுக்கு	43
முடிவிலி	44
பாழ் பற்றிச் சலிக்கும் இந்நகரத்தில்	45
வயலட் முட்டைக்கோஸ்	47
மெரினா	48
மின்	50
கவிதையை ஒற்றறிந்து கண்டுபிடித்தது	51
வாழ்க்கைப் புராணம்	52
நாய்க்குட்டி சூட்கேஸ்	53
பகல்தூக்கத்திலும் என் கனவில் வருகிறீர்கள்	54
பாருங்கள்	55
இந்தத் தாய்மை விவகாரம்	57
மூடநம்பிக்கை	59
செக்ஸ்ட் ஆறு	61
சர்ச்சை	62
நீங்கள் மறைந்த செய்தி கேட்டு	63
இரைச்சல்	65
கேள்வி வதை	67
நான் (x) பறவை	68
எனவே	70
பரிசீலித்தல்	71
இரவு இப்போது பதினோரு மணி	72
பிணக்குவியல்களின் நடுவே	73
இளவரசிகள்	74

மீனாட்சியின் கிளி	76
இழவு வீட்டில் கேட்கக்கூடாத கேள்விகளின் பட்டியல்	77
அன்று வந்ததும் அதே நிலா	79
ஆறு கவிதைகள் பெண்ணுக்கு அறிவுரை என்றால் திறக்கும் ஆண் வாய் அத்தனை பெரியது	80
திரும்பி வந்த கிளி	84
அலகிலா விளையாட்டின் அழிக்கும் கடவுள்	86
மொழிச் சாமி	88
(அங்கியான் உதிக் தியான்) வியர்வைகள்	90
போர்! போர்!	92
இனிய காட்சி	94
பூவிடைப் படினும் யாண்டு கழிந்தன்ன	95
உருவகப் பாவம்	97
நேர்	98
கண்களுக்கு எதிர்ச்சாரியில்	99
அவர் ரொம்பப் பாவம்	100
மக்களாட்சியில்தான் வாழ்கிறோமா?	102
வரிசை: இரண்டு கவிதைகள்	103
கலைஞனால் காதலிக்கப்படுதல்	105
பிரதி	107
😛	109
இன்று ஐந்தென ஒரு பல்லிச் சத்தம்	110
போக்குவரத்துக் கடவுள்	111

தோன்றிய போக்கில்

இது என் வாழ்க்கையிலேயே என் நூலுக்காக நான் எழுதும் முதல் முன்னுரை. அதற்குள் இரண்டு ‘என்’கள், ஒரு ‘நான்,’ பாருங்கள். இப்படி சுயதம்பட்டத்தை தொடக்கத்திலிருந்தே போடவேண்டியிருப்பதைத் தவிர்க்கவேண்டித்தான் என் புத்தக முன்னுரையை நானே எழுதுவதையும் தவிர்த்து வந்தது. என்றாலும் ஆள் வைத்து எழுதுவதிலும் சிரமங்கள் உண்டு என்கிறார்கள் அடிபட்டவர்கள்.

முதலில் நவீன விருட்சம் ஆசிரியர் அழகியசிங்கருக்கு சில வாக்கியங்களையாவது நான் தரவேண்டும். என் கையிலிருந்த காகிதத்தில் கறுப்பும் வெள்ளையுமாக ஏதோ எழுத்துச் சாயையில் இருந்ததைக் கவிதையென்று பதிப்பித்து ஒரு கவிஞராக வாசகர்களுக்கு நடுவே என்னைத் தள்ளிவிட்டவர் அவர்தான். 1990களின் ஆரம்ப வருடங்களில் அழகியசிங்கரின் இந்தச் செயற்பாட்டால் இலக்கிய வாசகர்கள் என் எழுத்துலக நுழைவின் விபரீதத்தை எதிர்கொண்டார்கள். ஆனால் திரைப்படப் பார்வையாளர்கள் இதைவிட மோசமான விபரீதத்திலிருந்து தப்பித்துக்கொண்டார்கள். ஏனெனில் தமிழில் மாற்று நாடக முயற்சிகளில் பங்கெடுத்துக்கொண்டிருந்த எனக்கு இன்னொரு ஷபனா ஆஸ்மியாக வேண்டும் என்றொரு லட்சிய வேட்கை அப்போதிருந்தது. இலக்கிய எழுத்துக்கு கவனம் திரும்பியதால் திரையுலகம் ஒரு கலைப்புயலிலிருந்து காப்பாற்றப்பட்டது.

என் கவிதைகளைப் பிரசுரித்த இதழ்களை நினைத்துக்கொள்கிறேன்: “இத்தனையா?” நவீன விருட்சம், கல்குதிரை, முன்றில், காலச்சுவடு, புது எழுத்து, உன்னதம், உயிர்மை, புனைகளம், அம்ருதா, அகநாழிகை, சிலேட், படிகம் நவீன கவிதைக்கான இதழ், உயிரெழுத்து, தளம், மணல்வீடு, பதாகை இணைய இதழ், சிக்கிமுக்கி இணைய இதழ், திண்ணை. காம், அமுதசுரபி, தீராநதி, இவற்றுக்கு ஒரு கிராண்ட் சல்யூட். என் கவிதைத்தொகுப்புகளான இக்கடல் இச்சுவையையும் உலோகருசியையும் வெளியிட்டவர்கள் காலச்சுவடு பதிப்பகத்தார்; தீயுறைத்தூக்கம், அழுக்கு சாக்ஸ் கவிதைத்தொகுப்புகளோடு நீங்கள் கையில் வைத்திருக்கும் நூலையும் வெளியிட்டவர்கள் விருட்சம் பதிப்பகத்தார். இந்தத் துணிச்சலுக்காகவே இரண்டு பதிப்பகத்தார்களையும் பாராட்டத்தகும்.

இனி கவிதைகள் குறித்து: முன்பு போல் இல்லாமல் இப்போது என் பெயரில் வருகிற கவிதைகள் மாறுபட்ட நடையில் நடக்கின்றன என்று சிலர் கருத்து கொண்டிருப்பதாகத் தெரிகிறது. கும்பகோணத்து இலக்கிய அன்பர் ஒருவர் எனக்கு அனுப்பிய முகநூல் தகவலிலிருந்து அறிந்தது

இது. எந்த முன்பையும் போல எந்தப் பின்பும் இல்லாதபோது முன்பு போலவே ஏன் பின்பும் எழுதவேண்டும் என்பது இங்கே கூறவேண்டிய ஒரு பதில். ஆனால் எனக்குப் பிடித்த இன்னொரு பதில், ஒரே பாணியில் எழுதுவது எனக்கு அலுப்பைத் தருகிறது என்பதுதான். ஓர் எழுத்துப் பாணிக்கு வாழ்க்கைப்பட்டுக் கட்டையில் வேகும்வரை அதே பாணியில் எழுதிக் குவிப்பது, ஓர் அலுவலர் வருகையேட்டில் தினசரி இடும் கையொப்பத்திலிருந்து எவ்வகையில் மாறுபட்டது? மேலும் விதவிதமாக எழுதிப் பார்ப்பது கலைடாஸ்கோப்பில் வண்ண இணைவுகளைக் காண்பதைப்போல நல்ல வேடிக்கையாக இருக்கிறது. உற்சாகமும் அளிக்கிறது.

முந்தைய தொகுப்புகளான தீயுறைத்தூக்கம், இக்கடல் இச்சுவை தொடங்கி இத்தொகுப்பில் உள்ள கவிதைகள் வரை பொதுவாக இருக்கும் பண்பாக எனக்குத் தெரிவது சொற்சிக்கனம்தான். மற்றபடி கவிதைப் பொருள், கற்பனை, உத்தி, narration போன்றவை எல்லாமே அடுத்தடுத்த தொகுப்புகளில் மாறிக்கொண்டே வந்திருக்கின்றன என்றுதான் தோன்றுகிறது. அனுபவரீதியாக இன்னொன்றையும் கூறவேண்டும். இப்படித்தான் எழுதவேண்டும் என்று கவிதையை என்னால் ஒருபோதும் திட்டமிடமுடிந்ததில்லை. வழமையான கவிதை மரபுகளை, அலங்காரங்களை எதிர்க்கும் வகையில் எதிர்க்கவிதைப் பாணியில் என் பல கவிதைகளை வைக்கலாம் என்கிறார்கள் சில நண்பர்கள். இந்த வகைமை விவகாரத்தை வாசகர்களுக்கு / விமர்சகர்களுக்குத் தள்ளிவிட்டால் சுவாரசியமான சச்சரவுகளுக்கு உத்தரவாதம் உண்டு.

என் உற்ற வாக்கியங்கள் எதிர்க்கவிதை முன்னோடி நிகோனர் பர்ரா–வின் கவிதையிலிருந்து வருபவை: "ஒரு கவிஞரின் வேலை வெற்றுத் தாளிலிருந்து முன்னேறுவது, ஆனால் அது சாத்தியம் என்று நான் நினைக்கவில்லை." உண்மைதான், இன்னும் எழுதப்படாத, ஆனால் எழுதப்பட்டிருக்கக்கூடிய பல்வேறு கவிதைகள் நிகழக்கூடிய இடமும் நேரமுமாக உள்ளது வெற்றுத்தாள். ஆனால் தாளில் ஒரு கவிதை பொருண்மை வடிவம் பெறுகிறபோது எழுதப்படாத பலவற்றின் சாத்தியங்களைக் குறைக்கிறதே தவிர கூட்டுவதில்லை. எனவே எழுதப்பட்டுவிடுகிற எந்தக் கவிதையுமே எப்போதுமே போதாமையையும் குறைபாட்டையும் கொண்டதுதான். கவிதையின் உள்ளார்ந்த இத்தன்மைகள் கவிஞரின் அகங்காரத்துக்குத் தொடர்ந்து சவால்விடுகின்றன. அப்படியாவது அகங்காரம் ஆட்டம் காணட்டுமே, நல்லதுதானே.

பெருந்தேவி
சென்னை
டிசம்பர் 19, 2016

வாயாடிக் கவிதைகள்

குட்டி ஸ்டூல்

எங்கள் வீட்டிலும்
ஒரு குட்டி ஸ்டூல் உண்டு
காலை வைத்துக்கொள்ள ஹாயாக இருக்கும்
காப்பித் தம்ளரை வைக்க
வாகாய் ஷூலேஸ் கட்ட
கைப்பேசி கழற்றிய பாசிமணி டிவி ரிமோட்
பவுடர் டப்பா கள்ளிப்பெட்டி எதுவும் வைப்போம்
பிள்ளையார்ச் சதுர்த்திக்குப் பிள்ளையார்
பாட்டி செத்த அன்று அகல்விளக்கு
மின்பணியாளர் வந்தால் அவர்
மெயின் ஸ்விட்சுப் பெட்டிக்கு எம்ப
வீட்டுக்கு வரும் சின்னக் குழந்தை
உருட்டிக் கவிழ்த்து விளையாட
ஏன்
வீட்டிலேயே உயர ஸ்டூல் மீது ஏறக்கூட
இந்த ஸ்டூல் வேண்டும்
அத்தனை உதவி
அத்தனை பதவிசு
ஆனால் வீட்டில்
எல்லோரும் சொல்வதோ
அந்தக் குட்டியை எடுத்தா
அந்தக் குட்டியைக் கொண்டுபோ
குட்டி ஸ்டூலுக்குக் காதில்லை
நல்லவேளை
ஸ்டூலில் ஆண் பெண்
பேதமில்லை என்பதும்
எத்தனை ஆறுதல்

நான் யார் நான் யார் நீ யார்

என் கவிதையில் வருகிற
நானை நானென்று
நினைத்துவிட்டீர்கள் பாவம்
அது சும்மா
நான் ஒரு கவித்துவ வசதி
அல்லது உயர் சித்தப்பிரமை
உண்மையில்
நான்
காற்று தள்ளிவிட்ட
ஒரு சுரைக்காய்க் குடுவை
இல்லையில்லை
சுரைக்காய்க் குடுவையின்
தொன்ம ஆச்சார
மதிப்பெல்லாம் எனக்கில்லை
இப்போது சரியாகச் சொல்கிறேன்
கேளுங்கள்
நான்
ஒரு வழிப்போக்கன் விசிறியடித்த
காலி கோகோகோலா டின்
ஆமாம் டின்
இப்படியே உருண்டோடுவேன்
சொச்ச நாளும்
மிச்ச மீதியாய்
ஆமாம், நீங்கள்?
காலி பெப்சி டின் என்றால்
தள்ளிப் போங்கள்
முட்புதர் நோக்கிச் சரிந்து
மண்ணில் மட்காமல்
புதையுண்டு கிடப்பதிலும்
போட்டிக்கு வந்துவிடாதீர்கள்

ஹலோ மிஸ்டர்ஸ்!

இந்தத் துப்பட்டா
கிட்டத்தட்ட சீட்டித்துணி
என் தோள்களில் நிற்கிறது
ஆடாது அசங்காது
தோள்களில் பின்-களை அதன்
காவலுக்குப் போட்டாகிவிட்டதா?
சாண்டில்யனின் மொழியில்
முன்னழகுகளை
மறைத்தாகிவிட்டதா?
தாழ்வாரக் கண்ணாடி
உறுதிசெய்துவிட்டதா?
கழுத்துக்குக் கீழே எல்லாம்
வந்துவிட்டதா
சாக்கின் ஏகபோக
இறையாண்மைக்குள்?
பக்கப் பகுதிகள்?

இப்போது
நானொரு நெற்குதிர்
புழுங்கும் நெற்குதிர்
வெளியே வருகிறேன்
ஹீல்ஸ் அணிந்த நெற்குதிர்
இப்போது
நீங்கள் கண்ணெடுக்காமல் பார்ப்பது
நெற்குதிரேதான்
சந்தேகமே வேண்டாம்
ஆனால் கிளர்ச்சிக்குமுன்
தகவல்கள் அனாவசியம்

பிரகாரம்

ஒரு பான் பராக்
உதிர்ந்த சாமந்தி
சில தொன்னைகள்
கட்டெறும்புக் கூட்டம்
சிற்பத் தூணுக்கு நேர்ப் பின்னால்
முரளி ♂ ராதா லவ் U
இத்தனை கூரிய அம்பு
பாய்ந்த பின்னும்
ராதா உயிரோடு இருந்தாளா
இந்த யாளி
என்ன நடந்ததென்றால்
என்றொரு கதையை
இட்டுக்கட்டியாவது சொல்லுமா
அல்லது பிரகாரத்தை
எப்போதடா கூட்டிப் பெருக்குவார்களெனப்
பார்த்துக்கொண்டிருக்கிறதா
அதன் மோவாய்க்கட்டை
புளியோதரை மஞ்சள் எண்ணெயில்
மினுங்குகிறது
கொஞ்சம் சாதுதான் போல

ஆள் மாறாட்டம்

என் சிநேகிதியின் அண்ணன் தெருப் பொறுக்கி
நேற்று பஸ்ஸில் ஒரு பெண்ணைச் சீண்டியிருக்கிறான்
சீண்டல் மோசமாக அவள் விட்டாள் ஓர் அறை
அவன் வாய் பெண் இனப்பெருக்க உறுப்பு வார்த்தைகளின் அண்டா
என்பதால் அதன்பின் தர்ம அடி
பஸ்ஸை விட்டார்கள் மந்தைவெளி காவல் நிலையத்துக்கு
“பொறுக்கிங்கள முட்டிக்கு முட்டி தட்டணும்”கள்
“அதுக்கு? ஒடனே கைநீட்டறதா”க்கள்
“இன்னிக்கு யார் முகத்துல முழிச்சோம்”கள்
“ரொம்ப லேட்டாயிடுச்சு”கள்
பஞ்சாயத்து சுமுகம்
பெண் எழுத்தில் புகார் தரவில்லை
நல்லவேளை, சிநேகிதி வீட்டார் செய்த புண்ணியம்
இந்தக் கவிதையில் என் அண்ணனைத்தான்
சிநேகிதியின் அண்ணன் என்று மாற்றி எழுதியிருக்கிறேன்
அதாவது இலக்கிய மரபுப்படி
அதாவது எழுத்தாளர் வழக்கப்படி

உங்கள் வீட்டு முயல்குட்டி

நீங்கள் முயல்குட்டி வாங்கியதாகச் சொன்னீர்கள்
சற்று பொறாமையாக இருந்தது
அது கிளிபோல் பேசுகிறது என்றீர்கள்
சற்று சந்தேகமாக இருந்தது
அதன் பாசிக்கண்ணில் பிரபஞ்சத்தைக்
கண்டதாகக் கூறினீர்கள்
சற்று ஆச்சரியமாக இருந்தது
அதன் பெயர் மிருது என அறிவித்தீர்கள்
தொடவேண்டும் போலிருந்தது
தொட்டும் தொடாமலும் அதைத் தீண்ட
கடவுளால் மட்டுமே முடியும் என்றீர்கள்
கடவுள்மேல் சற்று நம்பிக்கைகூட வந்தது
வெல்வெட் துண்டு அதன் காது என
வர்ணித்தீர்கள்
வெல்வெட் வெல்வெட் என்று
சொல்லிப் பார்த்துக்கொண்டேன்
அது கேரட்-டைக் கடிக்கும் அழகுக்குத்
தலையையே தந்துவிடலாமெனப் பரவசப்பட்டீர்கள்
என் தலையையும் கூடவே தரத்
தயாராக வைத்திருந்தேன்
இன்றுதான் உங்கள் முயலை
முதன்முதலில் பார்த்தேன்
என் வீட்டுச் சுற்றுச் சுவரில்
ஒன்றுக்கடித்துக்கொண்டிருந்தது
என்னவாகவும் இருக்கட்டுமே
உங்கள் வீட்டுக்குள் வைத்துக்கொண்டு
நீங்களே பீற்றிக்கொள்ளுங்கள்

காதோர ரோஜா

காதோரம் ரோஜா வைத்திருந்த பெண்
திரும்புவது தெரியாமல் திரும்பிப் பார்க்கிறாள்
பல் தெரியாது புன்னகைக்கிறாள்
அவளுக்கும் கேட்காது பேசுகிறாள்
பலரின் மனதில்

காதோரம் ரோஜா வைத்திருந்த பெண்
அந்த ரோஜாவாக
இல்லாவிட்டாலும்
அந்த ஈரக் கூந்தலிலிருந்து
எப்போதென்று தெரியாது சொட்டும்
பேறுற்ற நீர்த்துளியாக மாற
சுடர்விடுகின்றன ஏக்கங்கள்
அவற்றில் ஒளிரும் முகத்தோடு
காதோரம் ரோஜா வைத்திருந்த பெண்
பலரின் மனதில்

அவளுக்குத் திருமணமாகியிருக்காது
அந்த விபத்து நேர்ந்திருந்தால்
அவள் கணவன் முகம்சுளிக்காதவன்
ஒரு கந்தர்வன்
என்றாலும் ஒரு பெருமூச்சு

காதோரம் ரோஜா வைத்திருந்த பெண்
பதின்மங்களுக்குக் கொண்டுசெல்கிறாள்
நெக்குருகுகிறார்கள்
பலர் மனங்களில்
'கடைக்கண் பார்வை'
தேய்வழக்காவதேயில்லை

பெருந்தேவி

காதோரம் ரோஜா வைத்திருந்த பெண்
தன் பழகிய ஆடையைப் போலவே
ரோஜாவையும் அணிகிறாள்
காதோரம்
இளநரையை மறைக்க
எண்ணமில்லாமல்
அவள் தன் எதிர்காலத்துக்குள்
நுழைகிறாள்
அவளுக்கு மட்டுமே இடமிருக்கும்
ஆகாய விமானம் அது

உடைமை

என் லேப்டாப்பில் அமர்கிறது
குட்டிப் பூச்சி
ஒரு கீ-யின் பாதிகூட இல்லை
L-லிருந்து O-வுக்கு
நடக்கிறதா தத்துகிறதா
அதற்காவது தெரியுமா
குந்துமணிக் கண்
முழித்துப் பார்க்கிறது
அதன் பார்வையில்
நான் பொருட்டேயில்லை
என் விரல்நுனியில்
ஒரு நொடி பட்டுத் தாவுகிறது
இந்த உலகமே
அதனுடையதாக நகர்கிறது
நான்தான்
எங்கிருந்தோ வந்து
குந்தியிருக்கிறேன்

கீபோர்ட் வசியம்

நீங்கள் வேறொருவராகப் பேசுகிறீர்கள்
நான் நானாகக் கேட்கிறேன்
பனி குழைகிறது உரையாடல்
காணாத கண்களில் நிறுத்தப் புள்ளியின்றி
கூறியது கூறி மிழற்றும் சொற்கள்
பாராத கால்கள் நகர்ந்தும் தொட்டும்
டேங்கோ நடனம் மெய்யினும் மெய்நிகர்
நீங்கள் வேறொருவராக
புகழ்குடைகளிடமிருந்து சற்றே நகர்ந்து
நான் நானாக
முன்னோக்கங்களைச் சற்றே விலக்கி
சின்னச் சாகசங்களின் ஆப்பிள்களின்
பொருட்சுவையே (நாம்) தனிதான்
வேறொருவர்
என்றாலும் நீங்கள்
என்பதால்
ஒரு கவனம் அரும்ப
ஒரு துள்ளல் தாமதிக்க
வேறொருவர்
என்றாலும் நீங்கள்
என்பதால்
ஒரு விலகல் மூச்சு

சோகை பீடித்த அன்றாடத்தை விட்டு வெளியேறக் கண்டுபிடிக்கப்பட்ட கதவு

இதயம் துடிக்க விரையும்
பின்னேர ரயிலில்
எதிர்க்காற்றில்
வாயிலில்
காற்றே நானுன் கற்பூரம்
காற்றே நானுன் நாய்க்குட்டி
ஊன்றியிருக்கும்
இக்கால்களையும்
எடுத்துக்கொள்ளேன்
உப்புமூட்டை தூக்கேன்
பின்னெப்போதும்
இக்கதவின் வழியாக
நான் விழுகிற இடத்தில்
சூரியகாந்திகள்
குவிந்திருக்கட்டுமே

திரைப் பாதுகாவலர்

ஒரு செம்பருத்தியைத்தான்
திரைப் பாதுகாவலராக வைத்திருக்கிறேன்
என் அலைபேசிக்கு
அது இரவுபகல் பார்க்காது
பூத்துக்கிடக்கிறது
அது பெரிய விசேஷமில்லை
அதன் பின்னணி
நீல வானத்தின் ஒளியை
குறைக்க அதிகரிக்க முடிகிறது
விளையாட்டாய்
ஏன், வானத்தின் நிறத்தையே மாற்றமுடிகிறது
கொல்லையில் எறும்பூறும் சிவப்பு வெளிறிய
பழைய செம்பருத்தியைவிட
இந்தத் திரைப் பாதுகாவலர் செம்பருத்தி
கண்ணுக்கு வழவழப்பு
ரொம்ப அணுக்கம்
கையடக்கம்
அதன் வானம்

உறவு பாராட்டல்

நீங்க வெஜ்தானே
உங்க வீட்டு சமையல்காரம்மா என்ன ஆளு
சொந்த வீடா இது? அப்ப அது?
அபார்ட்மெண்ட் லிஃப்ட் கண்டவங்களுக்கும் இல்ல
அந்தப் பெயிண்டர் அதில ரைட்ராயலா போறான்
வாட்ச்மேன வீட்டுக்குள்ள கூப்பிட்டெல்லாம் பேசாதீங்க
வேலை செய்யறவங்களுக்குத் தனி டாய்லெட் பின்னாடி இருக்கே
திறந்திருந்தாலும் கேட்டுட்டுத்தான் போகணும்
சொளையா ரெண்டாயிரம் தரோம் வேலைக்காரிக்கு, உங்க வீட்ல?
பாதி நாள் லீவு நாங்க கேக்கறதால எங்களுக்குத்தான் கெட்ட பேரு
நூறுக்கு மேல ஏத்தித் தராதீங்க அப்புறம் நாங்களும் தரணும்
காலம் கெட்டுக் கிடக்கு
பொட்டு வச்சிக்க மாட்டீங்களா
உங்க சொந்தக்காரங்க யாரும் வரமாட்டாங்களா
ஊருக்குப் போயிட்டா உங்க பாட்டியை யாரு பாத்துப்பாங்க
த்சோ த்சோ நீங்களே ஒண்டிக்கட்டை பாவம்
உங்க வீட்டுக்கு வர்றவர் உங்க சித்தப்பா பையனா
பழக்காரி சரியான ஏமாத்துக்காரி
அமெரிக்கால ரோடெல்லாம் வெண்ணெயா இருக்குமாமே
எப்படி ஏசி இல்லாம இருக்கீங்க
எப்படி டிவி பாக்காம இருக்கீங்க
எப்படி இங்க தனியா இருக்கீங்க
எப்படி அங்க தனியா இருக்கீங்க
எப்படி ஏன் இருக்கீங்க
எப்படி எப்படி

பெருந்தேவி

என்ன வெக்கை

அம்மா நீ இருக்கிறாயா இல்லையா
இருக்கிறாய் என்றால் சொர்க்கத்திலா நரகத்திலா
சொர்க்கத்தில் இருந்தால் என்னை மறந்திருப்பாய்
நரகத்தில் என்றால் இந்த அரைகுறைக் கடிதத்தை
நானேதான் நேரில் வந்து தரவேண்டும்:

அம்மா நேற்று உன்னோடு
கல்யாணப் பரிசு பார்த்ததாக
அப்பா கூறுகிறார்
அவருக்கு நான் இன்னும் பிறக்கவில்லை
புதுக்கோட்டை என்ன வெக்கை
என அலுத்துக்கொள்கிறார்
அவருடைய கண்களில்
நான் உன் அம்மாவோ
உன் அண்ணாவோ
பக்கத்துவீட்டு பாய் அம்மாவோ
உன் அண்ணாவுக்கு
மூக்குப்பொடிப்பட்டை விற்க வந்தவரோ
யார் கண்டது
அம்மா இப்போதெல்லாம்
உங்கள் மகளாக என் இருப்பு
காற்றாக மட்டுமே அலைகிறது
நம் வீட்டில்
தேயொலியோடு
இறக்கைகள் அசையாது அசையும்
மேற்கூரையின் மின்பறவையைப்
பார்த்தபடியே ஆமோதிக்கிறேன்
என்ன வெக்கை

மாதுளம் பூ

மாதவிடாய்க்கு முன்னிரவு
தற்சுகத்தின் பயன்
அறிந்த பெண்கள் கொடுத்துவைத்தவர்கள்
ஒரு கிறுக்குக் குதிரை
சில தாறுமாறு ஓட்டங்கள்
ஒரு முகம்
அதைச்
சிற்றோடையில் வீழ்ந்து
தன் உதடுகளை மட்டும்
அசைத்த நிலா என்றோ
ஒரு பெயரின் வன்தியானம்
என்றோ விவரிக்கலாம்
அட, குதிரை தொடுவானத்தைத்
தொட்டுத்தான் நின்றது
மாதுளம் பூ
பூத்தது காலையில் என்றால்
புரிந்துகொள்ளமாட்டீர்களா என்ன

பெருந்தேவி

புற்று

எத்தனை எறும்புகளுக்குப் புற்றாய் இருக்கிறதென் மனம்
எத்தனை இனிப்புகள் பரத்திய மேசை அந்தக் கண்கள்
அத்தனையும் தூக்கிக்கொண்டு
வந்துவிடுங்கள் என் செல்லங்களே
பத்திரம்
நடுவில் யார் காலிலும் மிதிபடாமல்
ஒளிந்து நகருங்கள்
பூச்சி ஸ்ப்ரேயை நினைப்பவர்களின்
அந்தரங்கப் பகுதிகளை
ஒரு பதம் பார்த்துவிடுங்கள்

சிவாஜிகளுக்கு

உங்கள் உடல்மொழியைப் பற்றி
ஒரு காவியமே எழுதலாம்
நீங்கள் குரலுயர்த்துகிறபோது
உயரும் புருவநுனிகளில்
நட்சத்திர முடிச்சுகள்
வசந்த மாளிகை என்ன
வெளியிலும் ஹீரோ
நீங்கள்தான்
அல்லது
உங்களைப்போல்தான்
உங்கள் ஹஹா-க்களில்
ஆண்மையின்
அதே சங்கீத சமிக்ஞை
நீங்கள் என்னை இறுக்கும்போது
(அதாவது இழுக்கும்போது)
ஒளியே தோற்கும் வேகம்
அதற்கே வேண்டுமொரு காண்டம்
அப்புறம் அந்த நடை
கால்களை அகட்டிக்
குண்டிகளை அசைத்துச்
சரியான இடைவெளியில்
ஒவ்வொரு அடியும்
(தேய்வழக்கானாலும்)
ராஜநடையேதான்
ஆனால் இப்போதைக்குப்
பரிவர்த்தனைக்கு என்னிடம்
அத்தனை
மருட்சிகள் மார்பு விம்மல்கள்

பெருந்தேவி

ஸ்டாக் இல்லை
சிணுங்கல்கள் ஓரப் பார்வைகள்கூட
கொஞ்சம் பற்றாக்குறைதான்
என்றாலும்
உங்கள் அடவுகள் கட்டுபடியாகும்
கைவளைகள் மைவிழிகள்
எங்கேனும்
நிச்சயம் இருக்கும்
தேடுங்கள் கிடைக்கும்

நினைவுப் பழக்கம்

என் நினைவிலும் இருக்கிறது ஒரு காடு
அதில்
நெடிதுயர்ந்த மரங்களை விடுங்கள்
சில்லறைப் புதர்கள் கூட இல்லை
ஆனால் அதைக் காடு என்றுதான்
சொல்லிக்கொள்கிறேன்
வெட்டவெளி
என்றாலும்
என் நினைவில் இருப்பது காடுதான்
அப்படி நினைத்துக்கொள்வது
ஒரு பழக்கமாகிவிட்டது

என் இருப்புக்கென்ன பொருள்?

காலையிலெழுந்து மடிக்கணினியைத் திறந்தால்
நான்கு கட்டெறும்புகள்
ஒரு டஜன் சின்னச் சிவப்பெறும்புகள்
பிள்ளையார் எறும்புகள் ஒரு மூட்டை
கலைந்தோடுகின்றன
சந்தேகமேயில்லை
பிள்ளையார் எறும்புகளின் பொதுக்கூட்டம்
நேற்றிரவு நடந்திருக்கிறது
கணினியின் கீபோர்ட் அடியில்
சிறப்பு அழைப்புப்
பேச்சாளர்களாகக் கட்டெறும்புகள்தாம்
இருந்திருக்கவேண்டும்
அவைதான் தலையுயர்த்தி
வெளிவருகின்றன கம்பீரமாக
எதிரிச் சிவப்பெறும்புகள்
கூட்டத்தில் கலகம் செய்ய வந்திருக்கும்
அயோக்கிய எறும்புகள் அவை
கடித்து வைக்கும்
எனக்குப் பிடிக்காது
பிள்ளையார் எறும்புகள்
பாவம் அப்பாவிகள்
என் கைகளும் கால்களும்
அவற்றுக்காகவே கட்டி வைக்கப்பட்ட
நெடுஞ்சாலைகள் என்றெண்ணி
டோல் கட்டணம்கூட தராமல் ஊர்பவை
ஊர்வதைத் தவிர
வேறெதுவும் அறியாதவை

எதற்குக் கூட்டம் நடத்தியிருக்கும் இவை
என்ன தீர்மானங்கள் இயற்றியிருக்கும்
இப்போது
மண்டைக்குள் இவை
நுழைந்துவிட்டன குடைகின்றன
என்னை அழைக்கவில்லை
என் கணினிக்குள் கூட்டம் நடத்தியிருக்கிறீர்கள்
என்றால்
என் இருப்புக்கென்ன பொருள்?

பெருந்தேவி

மை

திரைச்சீலைகள் படபடக்கின்றன
குளிர்சாதனக் காற்று
எத்தனை வாடகை தந்தாலும்
எல்லா ஹோட்டல் ரூம்களிலும்
அதே அழுக்கு
அதே மொக்கை எவர்சில்வர்
இன்னும் எதுவும் ஆரம்பிக்கவில்லை
இங்கே வரத் தேவையாய் இருந்தவை
ஒரு வாகனம்
ஒரு விடுமுறை
ஒரு வார்த்தை
ஆம், காதல்
கண்ணுக்கு மையைப் போல
காமத்தை அதனால் அலங்கரிக்கிறோம்
இப்போது கொஞ்சம்
சகித்துக்கொள்ள முடிகிறது
வேர்வையில் கலைந்தாலும்
கன்னத்தில் இழிந்தாலும்
முகம் கோரப்பட்டாலும்
மை அலங்காரம் மட்டுமல்ல
அது ஒரு தொன்மம்
ஒரு புனிதம்

வெளியே கடல்
அறையோடு எந்தத் தொடர்புமற்று
நிர்மால்யமாக
அதன் அலைகள்
மூடிய கண்ணாடி வழி
ஒலியற்றத் திரைப்படத்தில்
கழுத்து நெரிபடும்
ஒரு வழமைக் காட்சி

என்ன சரியா?

...கிறாய்களிலிருந்து
(உணர்கிறாய் மறைக்கிறாய்)
...கிறேன்களிலிருந்து
(வியக்கிறேன் பறக்கிறேன்)
...கிறோம்களுக்கு
(அஞ்சுகிறோம் கரைகிறோம்)
அல்லது ...வோம்களுக்கு
(ஆம் ஆம் முத்தமிடுவோம்)
பயணத்தில்
பெயர்ச்சொற்கள் வினைகளுக்கிடையே
சகிக்கமுடியாத தூரம்
பெயர்-வினைகளாகி-ச் சொற்களுக்குள்
மழைத்தாரைகளென
முதலற்றும் முன்தீர்மானமற்றும்
அளைந்தும் கலைந்தும் கலந்தும்
பழைய கடல்களிடமிருந்து தப்பித்தோடியும்
-அற்றுகளாக -உம்களாக
(மட்டும்),
என்ன சரியா?

பெருந்தேவி

மல்லிகை மொக்கு

ஓர் உலகம் அதற்குள் இருக்கிறது
விரிவதற்கு முன்.
'யாரும் அறிந்திடாத'
என்பதே
அந்த உலகத்தின் ஆதாரம்.

பூவின் நறுமணம்,
அதற்கேயான
வெண்மை பொறாமைப்படும் வெண்மை,
இனிய மென்காம்பு
அதிகப்படி விவரங்களே.
அந்த உலகம்
நழுவிவிடுகிறது
மொக்கு திறக்கும்போது

மல்லிகைச்சரத்தைத் தருகிற ஆண்கள்
தாம் காணாத அந்த உலகங்களையே தருகிறார்கள்.
சரத்தை அணிகிற பெண்கள்
தாம் காணாத அந்த உலகங்களையே சுமக்கிறார்கள்.

பெயர்க் கதம்பம்

என் முகநூல் முகப்புப் படத்தைப் பார்த்திருக்கிறீர்களா
வெளிர் ரோஸ் உங்கள் பக்கம் தலை சற்றே
சாய்க்குமே அதேதான்
என் முகநூல் பெயர் பட்டுரோஜா (பட்டூஸ் என்றழைக்கும்
                                தோழிகள் உண்டு)
ட்விட்டரில் என் பெயர்
டர்ட்டி பூட்ஸ்
கூட ஒரு கசமுசா எண்
டிவிட்டர் கொஞ்சம் ஸ்டைலிஷ்
சிலபல இமெயில்கள் உண்மை
பொய்ப் பெயர்களில் உண்டு
சிப்பி இனிப்பு என்றொரு பெயர்
எரிமலைக் கண் இன்னொன்று
ஒரு பிடித்த ரோபோ பெண் நடிகப் பெயரிலொன்று
ஆன்லைன் வங்கிக்கணக்குக்கு
ஒரு தனி அட்டுப்பெயர்
மின்சாரக் கட்டணம் தொலைபேசி நிலுவை
அதற்கெல்லாமும் அதே அட்டு

வீட்டில் என் பாட்டியின் பெயர்
வெளியில் அரை நவநாகரீகப் பெயர்
அம்மா கூப்பிட்டதொன்று
அவள் எனக்கு வைக்க நினைத்து
பெருமூச்சிட்ட பெயரொன்று
அப்பா கூப்பிடுவதொன்று
எனக்கென நின்றுவிட்ட யாரோ வைத்த பெயர்
காதலன் நல்ல மூடில் கூப்பிடுவதொன்று
சண்டைகளில் அவன் கூப்பிடும்
பெயர்களின் வினோதங்களை
இனிதான் கடவுள் படைக்கவேண்டும்

பெருந்தேவி

என் மனதில் எனக்குச் சில பெயர்களுண்டு
ஏனோ அத்தனை பிடிக்கும் இஸபெல்
அதற்காகவே
சும்மா ஒரு தும்மலுக்குக்கூட
அந்தப் பழைய ஆஸ்பத்திரிக்குப் போவதுண்டு
சாண்டில்யன் நாவல்களில்
அத்தனைப் பெண் பெயர்களும் பிடிக்கும்
ஆனால் அதெல்லாம் எனக்கல்ல
வளைவு நெளிவு சுழிவு
பெண்ணுக்கே பொருந்துமவை

ஒருமுறை
திருப்பரங்குன்றத்துக் குரங்கொன்று
ஙீயுற்யுற்ஹ்
என அருகில் வந்தெனைக் கைத்தொட்டு
அழைத்தது
என் கையில் வாழைப்பழமில்லை
தேங்காயில்லை
ஒரு கட்டைப் பைகூட இல்லை
நான் அதைக் கண்டுகொள்ளாமலே
அந்த அழைப்பு
அத்தனை மென்மை
அத்தனை நிச்சயம்
அத்தனைப் பரிச்சயம்
அதன்பின் அவ்வப்போது
நான் என்னை அந்தப் பெயரால்
அழைத்துக்கொள்வதுண்டு
அதாவது
அருகில் யாருமில்லாதபோது
அதாவது
பல சமயம்

ஆணுக்கு

எந்தப் பெண்ணையும் முலையில் பார்க்காதீர்கள்
குடித்திருக்காதபோதும்
எந்தப் பெண்ணையும் தடவ முயற்சிக்காதீர்கள்
குடித்திருக்கும் சாக்கிலும்
எப்போதும் ஆணுறையைப் பயன்படுத்துங்கள்
பெண்ணுக்கு விருப்பமில்லாவிட்டால் வேண்டாம்
முக்கியமாகப்
பயன்படுத்திய ஆணுறையை
அப்புறப்படுத்திவிட்டுச் செல்லுங்கள்
தயவுசெய்து
உங்கள் மனைவியாய் இருந்தாலும்
ஒவ்வொரு முறையும்

முடிவிலி

இன்னொரு இரவு
இன்னொரு தீய கனவுக்குத்
தயார் நிலையில்

இன்னொரு வோட்கா
இன்னொரு நாளைக் காலை
தலைவலி

இன்னொரு இது
இன்னொரு அத
ற்காக அதுவாக

பாழ் பற்றிச் சலிக்கும் இந்நகரத்தில்

பாழ் பற்றிச் சலிக்கும் இந்நகரத்தில்
கவிதையின் அரதப் பழைய
இந்தத் தொடக்கம் சரியில்லை
மாற்றவேண்டும் அழிக்கிறேன்
அருகே
மதியம் சிந்திய துளிச்
சர்க்கரைப் பாகில்
கால்கள் ஒட்டிக் கிடந்த
ஒரு பூச்சி விடுபடுகிறது
எத்தனை தொலைவு பறக்கப்போகிறாய்
நானும் பார்க்கிறேன்
இதையே வேறு சில கணினிகளில்
வேறு சிலர்
தட்டச்சுவார்கள்
பின் ஆள்நிரம்பிய தெருக்களில்
சொற்ப நேரம் நடை பழகுவார்கள்
திரும்ப வந்தாகத்தான் வேண்டும்
பின் வழக்கமான இரவு மாத்திரைகள்
வழக்கமான தூக்கமின்மை
கட்டிலில் துணை அயரும் நேரம்
சத்தமில்லாமல் திரும்பி
சில நொடிகளுக்குத் தனிச்சுகம்
அடுத்த நாளுக்குத்
தயாராகிவிடலாம்

பெருந்தேவி

கவிதையின் தொடக்கம் சரிதான் போல
எப்போதும் உயிர்ப்போடிருக்கிறது கணினி
திறந்துகிடக்கும் பக்கத்தில்
ஒரு undo போட்டால்
அதேவரி வந்துவிடப் போகிறது
பஞ்சடைத்தப் பூனையின்
பளிங்குக் கண்களைப்
போலவே
அடுத்த நாள்கள்
அவ்வப்போது துடைத்துவைத்துப்
பராமரிப்பதில்
ஒன்றும் குறையே இல்லை

வயலட் முட்டைக்கோஸ்

பதமாய்த் தாளிக்கப்பட்டது
தேங்காய் சேர்த்தாகிவிட்டது
என்றாலும்
யாருக்கும் பிரியமில்லாததால்
கிட்டத்தட்ட பீட்ரூட்டின் சாயத்தில்
முங்கியெழுந்து வந்தமர்ந்திருக்கிறது
உணவுமேசை மேல்
பழகிய அழகுக் கத்தியால் அறுபட்டு
வெந்தபின்
வதங்கியபின்
தன் சாயம் போய்விடவில்லையே என்று
பதைபதைத்திருக்குமா
பழைய தட்டுகளில்
பசித்த வாயில் அரைபடும்முன்
இளஞ்சூட்டுக் கிளர்ச்சியில்

பெருந்தேவி

மெரினா

உர்ரென்கிறது சாம்பல் ஜாலக் கடல்
பத்தாவது முறை தப்பாமல்
தப்பான இடத்தில் போட்ட கையைத்
தட்டிவிடுகிறாள்
கள்ளக் காதலிகள் ஒன்றும் சளைத்தவர்களல்ல
தேய்ந்த குளம்புகளின் வெஞ்சூட்டுப் புழுதி
அலைகள் தொடும் தூரத்தில்
அழுக்கு பிளாஸ்டிக் கவர் மேலமர்ந்து
நண்டுக் குஞ்சொன்று
அததற்கு அததன் கடவுள் தியானம்
அலைகள் தொடும் தூரத்தில்
வீடியோ விளையாட்டில் சிறுமி
கரை இன்னொரு நாற்காலி
ஒரு பழைய படகுக்குப் பின்னால்
ஒரு பழைய வாய் வேலை
ஒரு பழைய சிறுவன்
அவன் குண்டிகளை அடித்து
ஐம்பதைப் பெற்று நகர்கிறது காவல்
எண்பதாம் முறை கடற்கரையில்
செம்பக லட்சுமி தன் கணவனோடு
எண்ணூறாவது தடவை
அவள் வசவை உதிர்க்கிறாள்
டெட்டால் போட்டுத் துடைத்திருக்க வேண்டும்
வானக் கடவுளின் அடிமைகள்
அத்தனை நிர்மலம்
இரண்டு காகங்கள் அல்லது பித்ருக்கள்
சண்டையிடுகின்றனர்

ஊசிப் போன சோற்றின் ஒரு பொட்டலம்
கடலைப் பார்த்து முறைக்கிறது
கடல் உள்வாங்கிப் போகிறது
போல்தான் தெரிகிறது
அததற்கு அததன் அவமானம்
டிசம்பர்கள் மனங்களில் பூக்கின்றன
கண்ணகி சிலம்பைக்
கீழே வைக்கிறாள்
நகரத்துக்குள்ளே கண்ணை ஓட்டுகிறாள்

மின்

முகநூல் சாட்-டில்
சிரிப்பில் நிஜப் பூரிப்பையும்
கோபத்தில் நிஜக் காரணத்தையும்
இதயத்தில் நிஜத் துடிப்பையும்
உணர்ந்திருப்பீர்கள் (என்றால்)
நேற்று என்னோடு கைகுலுக்கிய
மெய்நிகர்க் கையின் மென்மை
கனவில் வரும் ரோஜாக்களுக்கு நிகர்
புயலடித்து ஓய்ந்த இன்றும்
கனிந்த ஒரு சொற்றொடரை
ஏந்தி வந்தது அது
சொற்றொடரை
நான் பெற்ற கணம்
செய்திப் பெட்டி
பொன்னூஞ்சலாட்டியது அதை
முல்லை மல்லிகை இருவாட்சிகளையும்
மீறியது அச்சொற்றொடரின் மணம்
திரைக் காட்சிகளில் முத்தமிடும்
இரு மலர்களுக்குப் பின்னால்
நடக்க இருப்பதற்கும்
மேலே செல்வது அதன் தீர்க்கதரிசனம்
ஓரே
மின்
அதன்
பின்

கவிதையை ஒற்றறிந்து கண்டுபிடித்தது

(1) ஓடிப்போய்க் கைகுலுக்குகிறது சின்னப் பொருள்களோடு சோப்புத்தூள் ஸ்க்ரூ டிரைவர் பழைய பத்துக்காசு மூக்குடைந்த லிபர்டி பொம்மை இப்படி

(2) ஒரு கைலியின் வசதியில் உலகச் சுற்றுலாவை முடித்துவிட்டு வந்துவிடுகிறது

(3) தங்கப் பொத்தான்களை பிளாஸ்டிக் பல்செட்டுகளை அது அணிவதில்லை

(4) ஏன் சுற்றி வளைத்தே பேசுகிறீர்கள் என்று நயக்கவிஞர்களைக் கேட்டுச் சங்கடத்துக்குள்ளாக்குகிறது அதிகப்பிரசங்கி

(5) எளிய நேரிடை அதன் சின்ன ஓட்டைக் கைப்பை அதனுள் ஒன்றுமில்லை

(6) மாற்றாடையில் அதற்குக் கவனமில்லை உள்ளாடையில்கூட

(7) வியர்வை உடற்கழிவுகள் அடிமை வேலை கூடவே நிற்கிறது அளவளாவுகிறது

(8) பான் பராக் மெல்லுகிறது இரவு முழுக்க

(9) கண்டதே காட்சி அது கொண்டதே கோலம்

(10) தவறான வீட்டின் அழைப்புமணியை ஓயாமல் அழுத்துகிறது விளையாட்டாம்

(11) நீ எனக்குத் தொழில் என்றால் சண்டைக்கு வந்துவிடுகிறது

(12) சும்மாயிரேன்

வாழ்க்கைப் புராணம்

யோசித்துப் பார்த்தால்
வாழ்க்கையின் அகராதிப் பொருள்
குனியவைத்துக் குத்துதல் என்றிருக்கவேண்டும்
ஒரு வேலையைத் தேடுதல் அதில் நீடித்திருத்தல்
வாடகைக்கு வீடு தேடுதல் வீட்டுக்கடன் அடைத்தல்
நட்புப் பேணுதல் ஒட்டுப் போடுதல்
கனவுகள் காணத் தூண்டப்படுதல்
அவை துர்க்கனவுகளாகித் துரத்தல்
பலருக்கும் நடந்திருக்கும்
பலவற்றிலும் முன் அனுபவமின்றி
பலசமயம் ஆர்வக்கோளாறில்
இதற்கொரு தொடக்கமுண்டு
ஆதிசக்தி மூன்றாவது கண்ணைத்
தனக்குத் தந்தால்தான் கூடுவேன்
என்று முரண்டுபிடித்த சிவபெருமான்
கண்ணைப் பெற்ற அடுத்த நொடியில்
அவளைச் சாம்பலாக்கிவிட்டானாம்
அப்போதிலிருந்து வழக்கில் வந்ததாம்
வாழ்க்கையின் இந்தப் பொருள்

நாய்க்குட்டி சூட்கேஸ்

நாய்க்குட்டி
இழுத்த இடத்துக்குப் போகிறது
அவள் குட்டி சூட்கேஸ்
கொஞ்சமும் தயங்காது
சக்கரத்தில் சிக்காது
சிலசமயம் துள்ளும்
ஓட்டமாய் ஓடும்
மின்தூக்கியில் இருக்குமிடம்
தெரியாதிருக்கிறது
அவள் வைத்ததுபோல்
ஒரு இஞ்ச் நகராது
நிற்கும்போதும்
யார் காலிலும் அதிரடியாக விழாது
யார் உடையையும் பிடித்திழுக்காது
அவளுக்காக வாழ்கிறது
நாலு மாடி ஏறி
மூச்சுவாங்கி அவள்
ணங்கென்று வைத்தாலும்
கிரீச்சிடாது
இழுத்த இடத்துக்கு
முகஞ்சுளிக்காது போகும்
சிவப்பு சூட்கேஸ்
அதில் அவள்
ஒரு சின்னத் தலையை
எடுத்து வந்த இரவிலும்
அதன் குதிநடை
மாறவேயில்லை
அந்தச் சாலையின் திருப்பத்திலும்

பெருந்தேவி

பகல்தூக்கத்திலும் என் கனவில் வருகிறீர்கள்

இரவுக்காகக் காத்திருக்காத
பாவனையன்றி
வேறொன்றும் நான் செய்வதற்கில்லை
ஒரு ஆட்டோ பிடித்தாவது
வீடுபோய்ச் சேருங்கள்
வெயில் கொளுத்துகிறது

பாருங்கள்

உங்கள் வளர்ப்புப் பிராணிகள்
அல்ல கவிதைகள் பாருங்கள்
உங்கள் வரவேற்பறையில் சொகுசாக
வார்த்தை ஆட்டத்தை ஃபிக்ஸ் செய்து
வரிகளை ஸ்கோர் செய்ய முடியாது பாருங்கள்
கவிதைகள் பெருந்தன்மையை வெறுப்பவை
பக்கத்திலிருக்கும் சிறுவனுக்கு
அழகுகாட்டியபடி அவன் பார்க்க
முறுக்குகளைக் கடித்துத் தின்பவை
கவிதைகள் சுகாதார நாகரீகம் பேணாதவை
பொதுச்சாலையில் பட்டப்பகலில்
ஆர அமற நின்று ஒன்றுக்கடிப்பவை
அவை இரவில் (குறிப்பாக)
பத்தாயிரம் விளக்குகளை
உடலில் எரியவிட்டு
ஓயாது ஓடும்
வார்த்தைகளின் திரைகளாய்
மனத்தைப் பீடிப்பவை
அவை இரவில் (குறிப்பாக)
பூச்சிகளாக விதவிதம்
உடலில் ஊறி
பதைபதைக்க எழவைப்பவை
பக்கச்சுவரற்ற கிணற்று நீர்களாய்
வா வா என்று அழைப்பவை

பாருங்கள் நீங்கள் நினைப்பதுபோல்
பெரிய நெருக்கடிகளிலிருந்து
தப்பிப்பதற்காக எல்லாம்
நான் குடிக்கவில்லை
சமயங்களில்
இரவில் (குறிப்பாக)
பேயொளியில் கூசிக் கேவும்
மனதுக்கு (கொஞ்சம்) முதுகுத் தட்டல்
வேண்டியிருக்கிறது
பூச்சிகளின் ஊறல் தரும்
சிலிர்ப்புக்கு (கொஞ்சம்) பழகிக்கொள்ள
வேண்டியிருக்கிறது
நீர்களின் அழைப்புக்கு உம் கொட்டலை
(கொஞ்சம்) தள்ளிவைக்க
வேண்டியிருக்கிறது
டாஸ்மாக்-கைக் கடக்கையில்
என் (பெண்) கால்களும்
நிற்கத்தான் எண்ணுகின்றன
இரவில் (குறிப்பாக)
ஒரு மணி நேரமாவது
நான் உறங்க வேண்டும்
என் இலக்கு அதுதான்
பாருங்கள்

இந்தத் தாய்மை விவகாரம்

ஒரு பெண்ணுடலில்
எப்போதிலிருந்தோ
கருப்பை இருக்கிறது
தாய்மையை அதில்
அவர்கள் நிரப்பி வைத்தார்கள்
பல பாதைகள் சட்டென்று மூடின
ஓட்டைகள்போல் வேறு சில திறந்தன
பிள்ளைகளுக்காகவே உயிர்வாழ்தல்
அவர்கள் செயல்களுக்குப் பொறுப்பாதல்
சின்ன பெரிய தியாக விளக்குகளாதல்
மங்குதல் அவிதல் கருகுதல்
அவர்கள் அவற்றைக் கண்டு
கண்ணீர் மல்கினார்கள்
கைத்தட்டினார்கள்

தாய்மை, அத்தோடு
நளினங்கள் மட்டுமே சுருதி சேரவில்லை
அவர்கள்
லிங்கங்களையும் எழுப்பினார்கள்
அதனுள்
ஆகாயத்துக்கும் பூமிக்குமாக
ஆரவாரங்கள்
தேசத்துக்கும் நதிக்கும் மொழிக்குமாக
அடிமுடி தெரியாது

தாய்மை தாயைக் கண்காணிப்பது
பழைய விவகாரம்
தாயை மிஞ்சியது அது
கருப்பையைத் தாண்டியும்

பெருந்தேவி

இன்னும் இன்னுமென
அலைகிறது
பசித்த ஆவி போல்
உணர்வுத் திரள்களுக்கே ராணி போல்
அதன் கடமையுணர்வுக்கு முன்
வாயடைத்துப் போகிறோம்
நமக்குச் செய்ய எதுவுமில்லை அதன்
பரிசுத்தத்துக்குமுன்

மூடநம்பிக்கை

மின்திரையில் சேமித்திருக்கும்
உன் முகத்தைத் தொடுகிறேன்
அப்படி வழவழக்கிறது மோவாய்க்கட்டை
குறும்பில் தோயும் உதடுகள்
ஐயோ
பெருமூச்செறிகிறேன்
காதின் விளிம்போரம்
சுண்டுவிரலை ஓட்டுகிறேன்
உன் மூக்கை உருப்பெருக்கிப் பார்க்கிறேன்
கரும்புள்ளி ஒன்று கருந்துளையாகி
திரை நிறைக்கிறது
அது என்னை விழுங்கிவிடட்டுமே
என்னுடலோடு இறுக்குகிறேன்
கடின பாகமொன்று
குத்தித் தொலைக்கிறது
இப்போது உன் முகத்தில்
வியர்வை அரும்புகளைக் காண்கிறேன்
கோர்த்துச் சரமாக அணியத் தூண்டுபவை
ஒரு மரபார்ந்த பெண்
புடவைத் தலைப்பால் (அல்லது துப்பட்டாவால்)
வியர்வையை ஒற்றியெடுக்கும்
அந்த மென்பொருளை
இன்னும் நான் பதிவிறக்கவில்லை
மன்னித்துக்கொள்
இந்த அலைபேசி சட்டென்று
சூடாகிவிடுவதுதான் பிரச்சினை

பெருந்தேவி

உன்னை
ஒரு புது மாடல் அலைபேசியின்
குளிர்த்திரையில் சேமிப்பேன் விரைவில்
நீ அப்போதுதான்
பறித்த ஆப்பிள் போலிருப்பாய்
அதன்பின்னர்
எப்போதும் எனக்காய்

செக்ஸ்ட் ஆறு

முத்தம்களிநகைமயக்குறல்முத்தக்களிநகைமயக்குறமுன்னும்
உன் சொற்களே தேன் கிள்ளல்கள் பலாப்பழமே
நான் வந்துவிடுவேன்
முத்தம்களிநகைமயக்குறல்முத்தக்களிநகைமயக்குறமுன்பின்
என் தொடைகளின்மேல் நிலாப்பல் செல்லப்பூனையே
நான் வந்துவிடுவேன்
முத்தக்களிநகைமயக்குறல்முத்தம்களிநகைமயக்குறஇடையில்
உன் உதடுகளின் பிரஷ் இசைத் தீற்றல் என் சிதார் நீ
நான் வரப்போகிறேன்
இடையில்முத்தக்களிநகைமயக்குறல்முத்தம்களிநகைமயக்குற
நடனம் உள்தொடைகளின் நில் தொடல்களின் நி…ல் Tango
நான் வரப்போகிறேன்
முன்பின்முத்தக்களிநகைமயக்குறல்முத்தம்களிநகைமயக்குற
முலைகளின் மேல் உன் வெல்ல நீர்கள் சாத்தானே
நான் வந்துவிட்டேன்
முத்தக்களிநகைமயக்குறல்முத்தம்களிநகைமயக்குறப்பின்னும்

சர்ச்சை

வட்டமென்று வரையப்பட்ட ஒன்றைப் பார்க்கிறேன்
வடிவால் கவரப்பட்டு உள்ளே செல்கிறேன்
இங்கே நெளிந்திருக்கிறதே
சுற்றுவரைவு காமாசோமாவென்றிருக்கிறதே
அடடா கொஞ்சம் நீள்வட்டமாகிவிட்டதே
வட்டத்துக்குள் ஒரு புள்ளியாக நின்று
சுற்றிமுற்றிப் பார்க்கிறேன் ஆதங்கிக்கிறேன்
அதற்குள் அதிரடியாக யாரோ ஒரு சதுரத்தை
வரைந்துவிடுகிறார்கள் வட்டத்துக்குள்
இப்போது நான் சதுரத்துக்குள் வந்துவிட்டேன்
அதாவது நான் வராமலே
அதாவது என்னைக் கேட்காமலே
வட்டத்துக்குள் சதுரத்துக்குள்
விழிபிதுங்கி நிற்கிறேன்
சதுரத்துக்குள் நிற்கவா
வட்டத்தைப் பழித்தாய் என்றொரு சாரார்
எங்கள் சதுரத்துக்குள்
இது எங்கே வந்ததென இன்னொரு சாரார்
இப்போது நான் எப்படி வெளியேறுவது
சதுரத்திலிருந்து வட்டத்திலிருந்து
சரியாகச் சொன்னால்
வட்டத்துக்குள் சதுரத்திலிருந்து
சதுரத்தைச் சூழ்ந்த வட்டத்திலிருந்து
ஒரு புள்ளிக்கு
இந்தச் சாகசமெல்லாம் ரொம்ப அதிகம்
கலவரத்தில் அதன் சின்ன மண்டை
உடையச் சாத்தியம் அதிகம்

நீங்கள் மறைந்த செய்தி கேட்டு

(அழுதுகொண்டே ஆனால்) விமானப் பயணச்சீட்டின்
விலைகளை ஒப்பிட்டுத் தேர்ந்தெடுக்கத் தவறவில்லை

விமான நிலையத்துக்குச் செல்ல டாக்ஸி ஓட்டுநருக்கு
(சரியாக) பதினைந்து சதத்துக்கு மிகாமல் டிப்ஸ் எண்ணித்தரத்
தவறவில்லை

செக் இன் செய்யும்போது இருக்கை (ஜன்னலோரமாக
வேண்டுமென) கேட்டுப்பெறத் தவறவில்லை

என்ன அருமையான படங்கள் அந்த விமான சர்வீஸில்
லைஃப் ஆஃப் பை படத்தில் தூக்கத்தோடு பயண
நோக்கத்தையும் தொலைத்திருந்தேன் ரிச்சர்ட் பார்க்கர்
(எனும் புலி) கூடப் பயணித்த கதாநாயகனிடம் சொல்லாமல்
கொள்ளாமல் கடைசி கடைசியாகக் காட்டுக்குள் மறைந்தபோது
நீங்கள்தான் அந்தப் புலி திரையை ஒருகணம் ஓங்கிக்
குத்தினேன் விசாரித்த பணிப்பெண்ணிடம் தொடுதிரை வேலை
செய்யவில்லையெனச் சமாளிக்கத் தவறவில்லை

வீட்டில் காத்திருந்தவரிடம் (பிணம் என்றுதான்
சொல்லவேண்டும்) அருகிலமர்ந்தபடி கொள்ளி போடுவதிலிருந்து
கடைசிநாள் காரியம் வரை குடும்ப அரசியலைக் கையாளுவதை
யோசிக்கத் தவறவில்லை

ஈர உடை அணிய வேண்டியிருக்கும் என்பதால் கெட்டித்துணி
துப்பட்டாவை (சைட் அடிக்கும் நாய்களுக்குக் கடைவீதியென்ன
சுடுகாடென்ன) அன்று தேடியணியத் தவறவில்லை

அவ்வப்போது தட்சிணை கேட்டபடியிருந்த புரோகிதரிடம்
பாத்துப் பேரம்பேசி சட்டுனு முடிங்க என உறவினரிடம்
கிசுகிசுக்கத் தவறவில்லை

பெருந்தேவி

சுடுகாட்டில் எரித்து முடித்து வீடு வந்தபின் எவ்வளவு
வாங்கினாங்க என்று கேட்டுக் குறித்துக்கொள்ளத் தவறவில்லை

அப்பா இப்படித்தான் என்னால் துக்கம் கொண்டாட முடிந்தது
நீங்கள் இறந்த அன்று

ஆனால் ஒன்று நான் இப்போது இறந்தால் என் அளவுக்குக் கூடத்
துக்கப்பட நீங்கள் (எனக்காக) உயிரை வைத்திருக்கவில்லை
விட்டோடி விட்டீர்கள் என்பதைக் கொஞ்சம் எண்ணிப்
பாருங்கள்

இரைச்சல்

பக்கத்து வீட்டில் எப்போதும் பண இரைச்சல்
கேபிடேஷன் கட்டணம்
வீட்டுக் கடன் தவணை
பெண்ணின் கல்யாண சேமிப்பு
கோல்ட் பாண்ட்
ஒரே பண இரைச்சல்

வெளியே நான் வந்தால்
குப்பை கொட்ட
ரோஜாச் செடிக்கு நீருற்ற
கொய்யாப்பழம் வாங்க
அவர்கள் வெளியே வரநேர்ந்தால்
என்னைப் பார்த்தால்
நான் புன்னகைத்தால்

அவர்கள் கண்ணுக்கு நான் தெரிவதேயில்லை
அல்லது அவர்கள்
வீட்டுக்குள் இல்லாதபோது
தங்கள் கண்களை அணிவதில்லை
இப்போது விவாதித்துக்கொண்டிருக்கிறார்கள்
'பால்காரன் மூணு நாள் பால் போடலை
காசைப் பிடிச்சிட்டுக் கொடுக்கணும்'
அந்த
வீட்டுவாசலின் கிராதிக் கதவின்
தாழ்ப்பாளின் மேலமர்ந்து
ஒரு சின்னக் குருவி
அவர்களைப் பார்த்துக்கொண்டிருக்கிறது

பெருந்தேவி

தாழ்ப்பாளை ஆட்டிச் சத்தமிடுகிறது
காத்திருக்கிறது
எந்தப் பதிலும் இல்லாததால்
மெதுவாய்ப் பறந்துபோகிறது
வெளியே நிற்கும்
என்னை உரசிவிட்டு

கேள்வி வதை

ஞாபகமிருக்கிறதாவென நீங்கள்
நீட்டிமுழக்குவதெல்லாம் சரிதான்
பின்னர் சில நொடிகள்
மௌனக் கெக்கலியில்
அல்லவா திறக்கிறீர்கள்
எனக்கான அதலபாதாளத்தை
நானும் அவசர அவசரமாகப்
பாலமொன்றை எழுப்புகிறேன்
அதைக் கடக்க
"லேசா ஞாபகம் வர்றா மாதிரியிருக்கு"
"சின்ன க்ளூ கொடுங்களேன்"
"ஞாபகமிருக்கு வார்த்தைதான் திக்குது"
அல்லது கனைத்துக்கொள்கிறேன்
உங்கள் மரண மௌனம் நீள்கிறது
என் பாலம் பாதியில் நின்றேவிடுகிறது
குறி தப்பாத உங்கள் கேள்வி
அம்புகளுக்கு இலக்காகி நான்
தலைக்குப்புற விழுவதில்
இது ஒரு முக்கிய வகை
"ஞாபகமிருக்கலாம்"
என நீங்கள் கொஞ்சம்
கருணை கூர்ந்திருக்கலாம்
பேச ஆரம்பித்தபோதாவது

பெருந்தேவி

நான் (X) பறவை

இந்தப் பறவையின் சிறகுவண்ணம்
கலையின் உச்சம்
அதன் அலகு அத்தனை வலு
கடலையே உறிஞ்சிவிடும்போல அது
கண்களின் குந்துமணிகள் அழகோ அழகு
அதில் தூரத்து இரை உறைந்துபோய்விடுகிறது
பறவை என் மேசைமீதுதான் அமர்ந்திருக்கிறது
என் ஆக்கங்களில்
ஒவ்வொரு எழுத்தும் அதற்கு மனப்பாடம்
வீட்டிலும்தான்
என் ஒவ்வொரு அசைவும் அதற்கு அத்துப்படி
அதன் கலைக்கும் வலுவுக்கும் அழகுக்கும் முன்னால்
நான் பூச்சியம்
ஆனால் அது என் மேசையைவிட்டு நகர்வதாயில்லை

சமயத்தில் அது பாடுகிறது
(போல் தெரிகிறது) அப்போது
பரவசத்தில் என் நரம்புகள் பின்னுகின்றன
என் சக்தியோடு புத்தியும் உறிஞ்சப்படுகிறது
என்னைப் புழுவாகவே மாற்றிவிடுகிறது
கொத்தி எறிந்து கொத்தி
என்னோடு விளையாடுகிறது
அங்கங்கே என்னைப் பிய்த்து
முழுதும் உண்ணப்படாமல் மிச்சம் வைக்கப்படுகிறேன்
பறவை என்னுடையதல்ல
ஆனால் என் மேசையைவிட்டு அது நகர்வதாயில்லை

சமயத்தில் அது என் விரல்களைத்
தன் அலகால் மெல்ல இயக்குகிறது
(போல் தெரிகிறது) அப்போது
எவருக்குமே உவப்பில்லாததை எழுதுகிறேன்
வெறுப்பின் கைகளைப் பற்றுகிறேன்
நண்பர்களைக் காட்டிக்கொடுத்துவிடுகிறேன்
அவர்கள் திசை நோக்கி
விரல் சுட்டுதல்களைப்
பறவைதான் தீர்மானிக்கிறது
என் விருப்புவெறுப்பைக் கணக்கிலெடுக்காமல்.
பறவை என்னுடையதல்ல
ஆனால் என் மேசையைவிட்டு அது நகர்வதாயில்லை

சமயத்தில் அது என் இதயத்துக்குள்ளும்
சட்டென்று நுழைந்துவிடுகிறது
(போல் தெரிகிறது) அப்போது
என் குரல் மனிதருடையதாக இல்லை
கலையும் வலுவும் அழகுமென என்னைக்
காணக் கண்ணாடியே திகைத்துப்போகிறது
அறையில் பறக்கிறேன் கூரையில் மோதுகிறேன்
இதெல்லாம் பச்சைப்பொய்யென மறுக்கிறது பறவை
ஏனெனில்
இந்தப் பறவை என்னுடையதல்ல
என் மேசையைவிட்டு அது நகர்ந்துதொலையவும் போவதில்லை

பெருந்தேவி

எனவே

இந்த முள்ளாடையைப்
பணிந்தேற்கிறேன்
காலத்தின்முன்
தோகைவிரித்தாடும் ஒரே மயில்
இழப்பு என்பதால்
கைவிடப்பட்ட நிலத்தின்மேல்
ஒரு துண்டு வானமுமற்று
நின்றிருப்பதால்

சரி இதைப் பார்க்க
இப்படி முண்டியடித்துக்கொண்டா
வருவீர்கள்?

பரிசீலித்தல்

மண்டையைப் போடப்போகும்
எந்த உறவுமற்ற
கோடீசுவர வயோதிகனை
மணம்முடித்து
சட்டுபுட்டென்று
விதவையாகியிருக்கவேண்டும்
ஒரு விளம்பர இடைவேளை
பின்னொரு இணை
பகல்கனவாகிவிட்டது அது
காலம்தப்பி
ஒரு மெய்நிகர்
அரைகுறை முத்தம்
அதற்குக் கிட்டத்தட்டப் பத்து மணி நேரம்
காத்துக்கிடப்பதாகிவிட்டது

தொலைதூரத்துக்குக் கண்ணில்லை
காதில்லை உணர் மொட்டுகளில்லை
உறுப்பில்லை

காலையில் திருத்திய விடைத்தாளிலிருந்து
மசி ஒட்டிய என் விரல்கள்
திருத்தாத கலைப் புருவத் தூக்கல்கள்
மல்லாந்த இரட்டைக் கம்பிளிப்பூச்சிகள்

இவையே கொஞ்சம் அதிகம்தான்
எதிரே சலனமுறாத
சிடுமூஞ்சி
மின்திரைக்கு

பெருந்தேவி

இரவு இப்போது பதினோரு மணி

உங்களுக்கு என்னைப் பிடிக்கவில்லை
கர்ட் வானகட்-டோ[1]
ஒருவரிடம் காதலிக்கிறேன் எனக் கூறுவது
துப்பாக்கியைத் தலையில் வைப்பது என்கிறான்
நான் உங்களைச் சுடத்தான் போகிறேன் போல
இந்நள்ளிரவில்
ஐயோ கடவுளே
நீங்கள் என்ன என்கிறீர்கள்
நான் முணுமுணுக்கிறேன்
"காதல்"
துருப்பிடித்த தகரத்தில்
பிளேடு கீறுதலாக
அது ஒலிப்பதுதான்
காக்கப் போகிறது
உங்களையும்
என்னையும்

[1] Kurt Vonnegut ஓர் அமெரிக்க எழுத்தாளர்

பிணக்குவியல்களின் நடுவே

அவன்: ரோஜாப் பூ
அவள்: அரபுப் புரட்சி
இவன்: காடுகளைப் பற்றி யார் கவலைப்படுகிறார்கள்?
இவள்: தெருநாய்களைச் சுட்டுக் கொல்லவேண்டும்
அவள்: பென்குவின் ஐயோ அழகுக்குட்டி
அவன்: என் நண்பன் விபத்தில் இறந்தான்
இவன்: படத்தின் ட்ரைலரே அடி தூள்
இவள்: என் காதலனுக்கு இரண்டு கண்கள்
அவன்: ஊர் விலக்கம் செய்யாதீர்கள்
இவள்: கடவுளுக்குப் பின் மனிதனும் இறந்தான்.
அவர்கள்: அப்கிரேடட் ஆண்டிராய்ட்
இவர்கள்: ரோபோ இன்றைக்கோ நாளைக்கோ
குரல்கள்: உண்மையில் நாம் உரையாடுகிறோம் என்றா
நினைக்கிறீர்கள்?
உண்மையில் நாம் உரையாடியிருந்தால்
சும்மா நிறுத்து உண்மையாம் உண்மை மொண்ணை
பெரிய உண்மை என்றுண்டு அது
அட, உண்மைகள் ஆளுக்கு ஆள்
சரி சொல்லவந்ததைச் சொல்லிவிடுகிறேன் உரையாடல் என்று ஒன்று
நடந்திருந்தால்
நடந்திருந்தால்?
அந்தத் தத்துவம் காலாவதியாகி இருக்காது
அந்த அர்த்தம் தவிடுபொடியாகி இருக்காது
அந்த அக்கறை சிரிப்புக்கிடமாகி இருக்காது
உண்மையில் உரையாடல் சாத்தியமாகியிருக்கும்
சாத்தியமாகி இருந்தால்?
பிணக்குவியல்களின் நடுவே இப்படி உட்கார்ந்திருக்கமாட்டோம்
தனக்குத் தானே பேசிக்கொண்டு

பெருந்தேவி

இளவரசிகள்

இளவரசிகளைப் பற்றியல்ல
அவர்களைப் பிடித்தவர்களைப் பற்றியே
என் ஒப்புதல் வாக்குமூலம்
அதுவும் ஆண்கள்
இளவரசிகளை நேசிக்கும் இளைஞர்களுக்கு
அவர்களைப் போலவே
கே.ஆர்.விஜயா புன்னகை
அவர்களின் சிணுங்கல்களைச்
சேகரிக்கையில் இளைஞர்களின் கண்களில்
அலாதி திருப்தி
தொட்டும் தொடாமலும்
அவர்களோடு நடக்கும்போது
ஆண் நடையின் முரட்டுத் துரிதம்
சிதார் நளின சங்கீதமாகிறது
மயிலின் துள்ளல் கூடுகிறது உடல்களில்
மேலும் இளவரசிகள் சாக்லேட் மெல்லும்போது
சாக்லேட்டின் நெகிழ் பதத்தில் இவர்களும்
தொண்டைகளின் அழகில் லயிக்கையில்
இளைஞர்களின் கன்னங்கள் சிவக்கின்றன
ஒளிந்து நின்று இதைப் பார்க்கும்
என்னில் சாத்தியங்கள்
படபடத்துச் சிலிர்க்கின்றன

உண்மையில்
இளவரசிகளோடு
எனக்கு அறிமுகமுமில்லை
இளவயதில்கூட நான்
இளவரசியாக இருந்ததில்லை

என் பாதங்களைப் பராமரிக்க
நகங்களுக்குப் பூச்சிட
முகத்தில் மென்முடியை அகற்ற
வாய்ப்பில்லை
இப்போதோ
சில அவசிய அவசியமில்லாத
உடற்பகுதிகளின்
கோணல்மாணல் சாக்கு மூட்டை

ஆனால் எனக்கும்
இளவரசிகளைப் பிடித்திருக்கிறது
அவர்களுக்காகத்
தம் விரல்களை மயிலிறகுகளாக்கும்
இதயத் தோகைகளை விரிக்கும்
இளைஞர்களையும்தான்
இவர்களோடு நானும் புன்னகைக்கிறேன்
நளினத்தைக் கற்றுக்கொள்கிறேன்
முரட்டுத்தனத்தைக் கடாசுகிறேன்
நெகிழ் பதத்தில்
என் கன்னமும் சிவக்கிறது
சிலசமயம்
இந்த இளைஞர்களாக மாறுவது
புத்துணர்ச்சியைத் தருகிறது
இளவரசிகளைப் பிடிக்கும்
இவர்களை எனக்குப்
பிடித்திருப்பதால் மட்டுமே

பெருந்தேவி

மீனாட்சியின் கிளி

இரவில் நான் தூங்குவதில்லை
பகல் எனக்கானதாக இல்லை
கிளி குறைபாடிக்கொண்டிருக்கிறது
மீனாட்சி செவிகொடுப்பதில்லை
அவள் சொக்கனை மறந்துவிட்டாள்
நரி-பரி வித்தையை நினைவுகூர்வதில்
தடுமாறுகிறான் கிழவன்
மீனாட்சியின் கவனம் மதுரையில் இல்லை
அவளின் மூன்றாம் முலை மீண்டும்
அரும்பத் தொடங்கிவிட்டது
அர்த்தசாமத்தில்

மீனாட்சியோடு இரவும் என்னைக் கைவிட்டுவிட்டது
பகல் என்றுமே எனக்கானதாக இருந்ததில்லை
மீனாட்சி அரங்கத்திலிருந்து வெளியேறிவிட்டாள்
நரிகள் கிழவனை விடுவதாயில்லை
சொக்கா சொக்கா என அரற்றுகிறது கிளி
தானொரு உதிரிப்பாத்திரம்
என அதற்குத் தெரியவேயில்லை
கடைசிவரை

இழவு வீட்டில் கேட்கக்கூடாத கேள்விகளின் பட்டியல்

சரியான நேரத்தில் வந்துவிட்டீர்களா
('சரியான,' 'நேரம்'
வரையறை செய்யுங்கள் முதலில்)
ஐசியு-வில் ரொம்பநாள் சிரமப்பட்டுப் போனாராமே
(இடஞ்சுட்டிப் பொருள்விளக்கி
உச்சுக்கொட்டுதல் முடிந்ததா
இந்தாருங்கள் ஒரு காப்பி)
அடடா நீங்கள் என்ன செய்யப்போகிறீர்களோ
(ஆயிரம் ஆயிரம்
ஆர்டர் கொட்டிக் குவிந்திருக்கிறது)
இனிமேல் ஊருக்கு எங்கே வரப்போகிறீர்கள்
(தகவலறியும் சூட்சுமமோ நம்பிக்கையோ
சிலகாலம் தள்ளிவைக்கலாம்
என்றால் கேட்கவா போகிறீர்கள்)
இத்தனை பெரிய வீட்டில்
இனி நீங்கள் ஒருவர்தான் இல்லையா
(உங்கள் கண்கள் அறைகளோடு
அளவளாவுகின்றன நிச்சயம் உள்வாடகைக்கில்லை)
அவருக்கும் ஆச்சே என்ன எண்பத்தஞ்சி இருக்குமா
(இறந்தவர்கள் வயதுக்கு அப்பாற்பட்டவர்கள்
இது தெரியாமல் நீட்டிமுழக்குபவர்கள்
இறந்துபோனாலும்தான்)
சமையலுக்கு வைத்திருக்கும் ஆளை
என்ன செய்யப்போகிறீர்கள்
(கூறாக வெட்டித் தின்னப்போகிறேன்)
காசு நிறைய ஆகியிருக்குமே
(கடன் கொடுங்கள் திரும்பக் கேட்காதீர்கள்)

பெருந்தேவி

மற்றபடி
இந்த டேஷ் டேஷ் வம்பைக் கேள்விப்பட்டீர்களா
இந்த டேஷ் டேஷ் அரசியல்வாதிக்கு இப்படியாகிவிட்டதே
சாப்பிட்டீர்களா குடிக்கலாமா
சித்தம் கலங்கிவிட்டதா
இப்படி ஏதும் கேட்டுவையுங்கள்
என் காதுகளுக்குக் கேட்காவிட்டாலும்

அன்று வந்ததும் அதே நிலா

நிலா காய்கிறது
முழு வட்டத்தைக்
கருங்கல்லில்
தேய்த்தெடுத்த சொரசொர முகம்
நிலாவைப் பார்க்கும்போதெல்லாம்
ஓடிவா என்று பாடிய குழந்தைகள்
நினைவில் வருகிறார்கள்
அதன் கலைகளால்
சித்தப்பிரமையில் குலைந்தவர்கள்
நினைவில் வருகிறார்கள்
தூதுபோ என்று
வேண்டிக்கொண்ட காதலர்கள்
நினைவில் வருகிறார்கள்
நிலாவை அழைத்துப்பாட
எனக்கும் ஆசை உண்டு
அருகில் நாற்காலியில்
அமர்த்திக்கொள்ளவும்தான்
ஆமாம்
ஓடி வா என்றவர்களிடம்
ஒருமுறையாவது
நிலா நடந்தாவது வந்ததா
தூதை விடுங்கள்
ஏக்கப் புலம்பல்களை
உம் கொட்டியாவது கேட்டதா
தவிர
குலைந்துவிட
என்ன சித்தம்
மிச்சமிருக்கிறது என்னில்
நிலா
அதுபாட்டுக்குச் சுற்றட்டும்

பெருந்தேவி

ஆறு கவிதைகள்
பெண்ணுக்கு அறிவுரை என்றால் திறக்கும் ஆண் வாய் அத்தனை பெரியது

ஆண் வாய் 1

அது ஒரு ஊர்
ஊர் வாயை மூட முடியாது
என்கிறது அதன் தல புராணம்

ஆண் வாய் 2

ஒரு வம்பின் நீள ரயில்
சற்றுமுன்தான் புறப்பட்டது
அதிலிருந்து
இன்னொன்று புறப்படத்
தயார்நிலையில்
எப்போதும்

ஆண் வாய் 3

மண்ணைத் தின்ற பண்டைப் பாலகன்
யசோதை திட்டியதால் ஆ காட்டினான்
கோள்கள் பிரபஞ்சங்கள் பால்வீதிகள்
நட்சத்திரங்கள் இன்னும் பெயரிடப்படாத
ஒளிப்பிழம்புகள் இருள்குட்டைகள்
இவற்றையெல்லாம் ஓரங்கட்டி
அவன் வாய்க்குள் ஆ காட்டியது
இன்னொரு வாய்
திகைத்தாள் யசோதை
விளக்கினர் ஆய்ச்சியர்
'பெண்ணுக்கு அறிவுரை கூறத்
திறந்த ஆண் வாய் இது'
கோரம் என்று அந்த வாயைப்
பொத்தினாள் யசோதை சட்டென்று
பிரபந்தத்தில் விட்டுப்போன
பின்னர் Gita-வைப் பாடிய
குட்டிக் கண்ணனின்
கதைகளில் ஒன்று இது

பெருந்தேவி

ஆண் வாய் 4

உவமை உருவகம் படிமம் கவிநயம்
வாக்கிய அமைப்பு வார்த்தை விளையாட்டு
எதுவுமே உதவப்போவதில்லை
அதன் துர்நாற்றம்
என் விவரிப்பு எதையும் தாண்டி

இந்த என் உதடுகள்
தந்தைகளால் பயிற்றுவிக்கப்பட்டவை
இந்த என் கைகள்
தந்தைகளால் தத்தெடுக்கப்பட்டவை
என் மொழியே கிளிக்கூற்று

எனக்குத் தேவை
ஆணுக்குப் பரிச்சயமே இல்லாத
வேறு உதடுகள்
வேறு கைகள்
வேறு மொழி
அந்த வாய்க்குத் தீர்மானமாகத்
தெரிவிக்க
"பொத்து"

ஆண் வாய் 5

ஒரு ராட்சத எந்திரத்தின்
மாவரைக்கும் ஒலி

பூக்களோடு சைகையில்தான்
பேசமுடிகிறது

ஆண் வாய் 6

பெண்ணின் காதைப் பற்றிப் பேசுவோம்
ஆண் வாய்க்கு ஏற்ப எப்போதிலிருந்து அது அசைகிறது
என்ன நைச்சியங்களுக்கு அது மயங்குகிறது
எந்தத் தண்டனைகளைக் கேட்டு அது அஞ்சுகிறது
அந்த வாய்க்குத் தன்னைக் காட்டிக்கொடுத்ததற்கு
லஞ்சமாய் வந்ததா அதன் தொங்கட்டான்
ஆண் சட்டங்களால் அறுக்கப்பட்டு
மண்ணில் விழுந்து துடித்த தன்வரலாறுகள்
நினைவிருக்கிறதா காதுக்கு
அறிவுரைகள் தன்மேல் கொட்டப்படும்போது
ஒரு பிளாஸ்டிக் டப்பாவுக்காவது மூடி இருக்கிறது
தனக்கில்லையேயென
வருந்தவாவது செய்கிறதா

பெருந்தேவி

திரும்பி வந்த கிளி

வீட்டு வாசலை மறைக்கும் மரத்தில்
பொற்கிளி ஒன்று வந்தமர்ந்திருக்கிறது
அது என்னோடிருந்த
அப்படியொரு வாழ்க்கையிருந்தது
விளையாட்டு ஊக்கம் ரதியின் ஒளி
கிளியே
காலியாக விடக்கூடாதென்பதால்
வீட்டு நெற்குதிரில் சிலகாலமாக
இருட்டை நிரப்பி வைத்திருக்கிறேன்
கிளியே
உனக்காக வளர்த்த பழமரங்கள் எல்லாம்
எப்போதோ பூச்சியரித்துப் பட்டுப்போயின
கிளியே
உன்னோடு உரையாட நான் கற்ற மொழி
மறதிச் சிலந்திகள் வலை பின்ன ஆயிற்று
கிளியே
உன்னுடைய வெள்ளிக் கூண்டை விற்றுத்தான்
சிலநாட்கள் முழுவயிறு சாப்பிட்டேன்
கிளியே
வீட்டுக்கு வரும்வழியில் எப்போதும்
துர்நிகழ்வு காத்துக்கொண்டிருக்கிறது
மெதுவாகப் பறந்துவந்திருந்தால் பார்த்திருப்பாய்
கிளியே
தவிர நீ எனக்கு
அதிகப்படி அந்தஸ்து இப்போது
உன்னை வைத்துக்கொண்டு
பிச்சையெடுத்தால் யார்தான் போடுவார்கள்

கிளியே
நீ திசைமாறி வந்துவிட்ட முட்டாள்கிளி
நீ இருந்த வீடு இது அல்ல
நானும்தான்
அடுத்த நான் அடுத்த நானென்று
போகட்டும்
வேறு தோளுக்கா பஞ்சம்
நீ சந்தோஷம் தொற்ற
செல்லக் கிளியே

பெருந்தேவி

அலகிலா விளையாட்டின் அழிக்கும் கடவுள்

வார விடுமுறை
மதியமாகிவிட்ட காலை
ஒரு நிதானமான இன்ஸ்டன்ட் காப்பி
நேஷனல் ஜியோகிராஃபிக்கில் ஓர் ஓநாய்க்கூட்டம்
மானை வேட்டையாடுகிறது
நேற்று ஒரு நண்பர் வாட்ஸப்பில்
பகிர்ந்த காணொலியில்
பாம்புக்கூட்டமொன்று ஓணானைத் துரத்தியது
வலியவை வாழ என்கிறது இயற்கை
போலச் செய்கிறார்கள் மனிதர்கள்
வசதிக்கு ஆசைக்கு
பொழுதுபோக்காய்க்கூட
சென்ற வருடம் ஒரு பெண்ணை ஐவர்
வன்புணர்ச்சி செய்தார்கள் தில்லியில்
வேலூரிலும் சிலர் அதையே
சென்ற மாதம்
என்ன கொஞ்சம் மாற்றி
கம்பை ஆசனவாய்க்குள் விட்டிருக்கிறார்கள்
பிறகு பெட்ரோல் ஒரு தீக்குச்சி
செத்துவிட்ட அந்தப் பெண் குரங்கு
தெய்வமாகிவிட்டதா எனத் தெரியவில்லை
அடுத்த சானல்
உள்ளங்கையின் நூறு கிருமிகளோடு
ஒரு துளி டெட்டால் போரிடுகிறது
இந்த டெட்டாலை எனக்குப் பிடித்திருக்கிறது
அதுவும் ஓடி ஓடிக்
கிருமிகளை விழுங்குகிற விதம்
அதுவும் நொடியில்

அலகிலா விளையாட்டின்
அழிக்கும் கடவுள் டெட்டால்தான்
சந்தேகமேயில்லை
சக்திவாய்ந்த அதைத் தவிர
வேறெவரிடத்திலும்
சரணடைவதில் பொருளில்லை

மொழிச் சாமி

நான் வளர்த்த செடியில்
பூக்கள் அசிங்கமாக இருப்பதாகக் கூறி
வேரில் அவள் வெந்நீர் ஊற்றினாள்
பதிலுக்கு அவளது நிழல் தராத மரத்தைக்
கோடரியால் வெட்டிச் சாய்த்தேன்
இதை வாசிக்கையில்
(பெண் கவிஞராகக் கவிஞர் அறியப்பட்டிருந்தால்)
குரோதம் தலைக்கேறிய
இரண்டு பெண்கள் நாங்கள் எனத்
தோன்றும் உங்களுக்கு

நான் வளர்த்த செடியில்
பூக்கள் அசிங்கமாக இருப்பதாகக் கூறி
வேரில் அவன் வெந்நீர் ஊற்றினான்
பதிலுக்கு அவனது நிழல் தராத மரத்தைக்
கோடரியால் வெட்டிச் சாய்த்தேன்
இப்போது
(பெண் கவிஞராகக் கவிஞர் அறியப்பட்டிருந்தால்)
எங்களுக்கிடையே
என்னென்னவோ தோன்றுகிறது
அதாவது உங்களுக்கு
உறவின் வஞ்சகம்?
நிறைவேறாத தாபம்?
ஒருதலைக் காமம்?

நான் வளர்த்த செடியில்
பூக்கள் அசிங்கமாக இருப்பதாகக் கூறி
வேரில் அவன் வெந்நீர் ஊற்றினான்
பதிலுக்கு அவளது நிழல் தராத மரத்தைக்
கோடரியால் வெட்டிச் சாய்த்தேன்

இவ்வரிகளில் இன்னொரு சாத்தியமுண்டு
உங்கள் கண்ணுக்கு
(பெண் கவிஞராகக் கவிஞர் அறியப்பட்டிருந்தால்)
அத்தனைத் தட்டுப்படாத சாத்தியம்
வெவ்வேறு காலங்களின்
அவளும் அவனும் நானும்
ஒரே ஆளாக
ஒருவருக்கொருவர்
சவால் விட்டுக்கொண்ட சாத்தியம்
ஒருவரையொருவர்
ஒரே ஆளிலேயே
நொறுக்கிச் சாய்த்த சாத்தியம்
ஏனோ
மொழி இலக்கண வழிபாடுகள்
அவனென்றால் அவளென்றால்
அடுத்த ஆளென்று
நம்பிக்கையை ஊட்டி
வளர்த்துவிட்டிருக்கின்றன நம்மை

நம்மில் சிலர் அந்த நம்பிக்கையை
மீறப் பார்க்கிறோம்
பிறழ்ந்தவர்களெனப்
பெயரிடப்படுகிறோம்
கிசுகிசுக்கப்படுகிறோம்
நகையாடப்படுகிறோம்
மருத்துவப் பட்டிதொட்டிகளில்
அடைக்கப்படுகிறோம்
அவநம்பிக்கையாளர்களை
மொழிச் சாமி
கண்ணைக் குத்தித்
தண்டிக்கிற விதம் இப்படித்தானெனப்
பின்னர் புரிந்துகொள்கிறோம்
சிலரில் வெகு சிலர்

பெருந்தேவி

(அங்கியான் உதிக் தியான்) வியர்வைகள்

யாரும் தொட்டால்
கசகசப்பு ஒட்டிக்கொள்ளும்
புகைப்படம் ஒன்றிருக்கிறது என்னிடம்
என் காதலனின் இடுப்புவரை புகைப்படம்
அக்னி வேனில் மதியத்தில் நாங்கள்
ஒருவராகவே மாறிவிடப் பார்த்த
பொருந்தாப் பொழுதில் எடுத்தது
அதன்பின் அவன் நான் அவன்
பல புகைப்படங்கள்
ஏர்போர்ட்கள், சுற்றுலாக்கள், செல்ஃபிகள்
தேன்நிலவுப் புகைப்படம் வாய்த்ததில்லை
அதற்கும் இக்கவிதைக்கும் தொடர்பிருக்கிறது
என்றாலும் அவனை என்றும்
என் அருகாமைக்குள் கட்டிப்போட்டிருக்கிறது
படத்தில் வேர்வையின் ரேகை
பிடித்த ஆணின் / பெண்ணின்
அக்குள்தான் எப்படி கனகச்சிதமாக
உள்வாங்கிக்கொள்கிறது ஒருவரை
எப்பொழுதோ
என்றாலும் உலகின்பால்
குறிப்பாக நம்மை வெறுப்பவர்களின்பால்
வெறுப்பை மறந்துவிட்டிருக்க
அதைவிட இடம் வேறேது
திடீர் ஊழி நேர்ந்தால்
அதைவிட அடைக்கலம் வேறேது
படைப்புக் கடவுளின்
அக்குளிலிருந்துதான்
இப்பிரபஞ்சம் தோன்றியிருக்கும்

'வசந்தம் வந்தது போயிற்று
பறவைகள் திரும்பிவிட்டன கூடுகளுக்கு
என் கண்கள் உன்னைக் கொள்ள ஏங்குகின்றன'
கதறும் நுஸ்ரத் ஃபதே அலிகானின்
அக்குள் நனைகிறது உடலாகிறது சட்டை
கடவுளின் கருணை பூத்த நறுமணத்தை
அவர் பாடப்
பார்க்கவும் செய்கிறோம்
அருஞ்சுரத்தில் ஜம்ஜம் ஊற்று
இசையில்
நினைவில்
கரைதல்
உப்பாதல்
என்பதனால்தான்

பெருந்தேவி

போர்! போர்!

கோட்டைக் கொத்தளங்களுக்கு மராமத்துப் பார்த்தாயிற்று
அகழி தூர்வாரப்பட்டுவிட்டது
பழைய முதலைகளுக்குப் பதில் சில புதிய
முதலைகளை மாற்றியாகிவிட்டது
ஆட்களின் தேர்வு முடிந்துவிட்டது
சிலர் வாயால் குண்டுவீசுபவர்கள்
சிலர் மல்யுத்தம் போடுபவர்கள்
சிலர் சதிவேலைகள் காணக் கண்கொள்ளாதவை
(அதாவது திரைமறைவில் நடக்காதிருந்தால்)
முன்னணியில் நிற்பவர்கள் தீர்மானிக்கப்பட்டுவிட்டார்கள்
முடியாதவர்கள், சரமாரிகளைச் சமாளிக்கத்
திணறுபவர்கள்
ஓரம் போ உனக்கெல்லாம் இங்கே இடமில்லை
கோட்டைகளின் கதவுகள் பெருத்த ஒலியுடன்
திறக்கின்றன
கிறீச்சிட்டு என்று எழுதுவது தமிழ் மரபு
வெளியே நாற்படைகளும் கொற்றக்கொடைகளும்
குட்டிக்குடைகளும் அணிவகுக்கின்றன
கவண்கற்களிலிருந்து பீரங்கிகள் வரை தயார்நிலையில்
சில முழக்கொலிகள்
பல சீட்டியொலிகள்

கோட்டைகளுக்கு வெளியே ஒரு மரத்தில்
ஒரு பறவை
இப்போதுதான் தூங்கி எழுந்திருக்கிறது
ஆரவாரம் குறித்து
அதற்கொன்றும் தெரிந்ததாகத்
தெரியவில்லை

அதன் எப்போதைக்குமான
உடனடிக் கவலை
இன்றைக்கான இரையைக்
கூட்டுக்குக் கொண்டுவரவேண்டுமே
சில குஞ்சுப் பறவைகளுக்கான
பொறுப்பும் அதற்குண்டு
சின்னக் கொட்டாவியொன்றை விடுகிறது
இதோ கிளம்பிவிட்டது
இன்னும்
நீண்ட நேரம் அது பறக்கவேண்டும்

பெருந்தேவி

இனிய காட்சி

தங்கமும் சிவப்பொளிரும்
மேகங்களற்ற சாயங்காலம்
சின்னப் பறவையின் செங்குத்தாக
அந்தக் கோபுரத்தில்
யவனனின் கூரிய மூக்கின் மேல்
அல்லது பூதத்தின் வழுவழுத்த
வயிற்றின் மேல்
மோதுவதும் தெரியாமல்
கீழே விழுவேன்
விழுவதும் தெரியாமல்
திரைக் கலைக் காட்சி
மெள்ள நகர்வதைப் போல
வேறெப்படி
இறந்தாலும்
இக்காட்சியை
மீண்டும் இறக்கத்
தேர்ந்தெடுத்திருக்கிறேன்

பூவிடைப் படினும் யாண்டு கழிந்தன்ன

சாட்டில் பேசிக்கொண்டே
ட்விட்டரில் தகவலைத் தேடுகிறேன்
ட்விட்டரின் தகவல் கண்ணொளிர்கிறது
மின்மடல் இன்னும் காணோம்
மடல் வந்துவிட்டது ஆனால்
ஏன் இந்தச் சாட் ஜன்னலில்
அன்புக்குச் சில நொடிகள்
ஒளிவருடத் தாமதம்?
சாட்ட்விட்டர்மடல்சாட்ட்விட்டர்
மடல்சாட்ட்விட்டர்மடல்சாட்ட்விட்

சில விளம்பரச் சுட்டிகள்
கண்ணை மறைக்கின்றன
நடுநடுவே
திடீரென சில ஜன்னல்கள்
முளைக்கின்றன மலர்கின்றன
முகப்பரு கிரீம்கள் பிராக்கள்
தள்ளுபடி அழகிகள்
சின்னக் கண்சிமிட்டல்கள்

தொடும் அரவணைக்கும்
தடவும் பிடிக்குள் வைக்கும்
கைகள்
யாருக்கு வேண்டும்?
எழுத்துகள்
இடைப்புள்ளிகள்
இமோஜிகள்
ஸ்மைலிகள்
பூனைகள்

பெருந்தேவி

உடையும் சிதறும் படபடக்கும்
சிவப்பிதயங்கள்
இன்னுமின்னும்
என் திரை நிறையவேண்டும்
அங்கே கூடவேண்டும்
அந்த இரண்டு கைகளின்
தொழில்நுட்ப வேகம்

உருவகப் பாவம்

போதுமான அளவுக்குமேல் உருவகித்துவிட்டார்கள்
விழியை மீனாக
நெற்றியைப் பிறையாக
தொடையை வாழைத்தண்டாக
போதுமான அளவுக்குமேல்
மேலையும் தாண்டி
முலையை முயல்குட்டியாக
இந்த உலகம் இருக்கப் போகிற வரையில்
இனி பிறக்கப் போகிற பெண்களுக்கும் சேர்த்து
இனி உருவாகப் போகிற உலகங்களுக்காகவும்
அவற்றில் பிறக்கப் போகிற பெண்களுக்கும் சேர்த்து
அதுவும் அந்த முயல்குட்டி
பாவம்
சும்மா விடப்போவதில்லை

பெருந்தேவி

நேர்

கவிதையெனப்படுவது
யாதெனில்
உன் கண்ணை அது
நேருக்கு நேர் பார்க்க வேண்டும்
தவிர்த்துப்
பார்வையைத்
திருப்பிக் கொண்டால்
உன் தாடையை உடைத்து
முகத்தைத் தன் பக்கம்
திருப்பிவிடுமோ என
அச்சம் தருகிற வகையில்
வலிமையாக
அந்த வலிமை
அதன் நேர் மட்டுமே

கண்களுக்கு எதிர்ச்சாரியில்

கேளிக்கையில்லை
விளக்குகளில்லை
சில சிறிய பெரிய
கோணல்மாணலான
முன்னேற்பாடுகள்
ஒழுங்கற்று
குவிக்கப்பட்டிருக்கின்றன
ஒரு மனம்
அவற்றின் நடுவே
மல்லாந்து கிடக்கிறது
குத்துப்பட்ட எலி

முடிவுறாத இரவுகள்
வருவதும் தெரியாத பகல்கள்
திறந்தே கிடக்கும்
இரண்டு எரிதுண்டுகள்
அவற்றுக்கேயான
எதிர்ச்சாரிக் காட்சியில்
அந்த எலியாவது
அப்புறப்படுத்தப்படவேண்டும்
உடனடியாக
உடனடியாக

பெருந்தேவி

அவர் ரொம்பப் பாவம்

சார் இறந்துட்டார்னு கேள்விப்பட்டோம். நீங்க அவர் பொண்ணா ஒரே பொண்ணில்ல

ஆமாம்

இப்பத்தான் இந்துல பார்த்தோம் நீங்க ஒடனே பேப்பர்ல போடலியா

இல்ல எப்படியோ விட்டுப்போச்சு லேட்தான் இருந்தாலும் தகவல் கொடுக்கலாம்னு

கண்ல எப்படியோ பட்டுது பாத்தோம் எப்படி ஆச்சு

(விவரணைகள்)

நீங்க பக்கத்தில் இருந்தீங்களா வந்துட்டீங்களா உடனே

(விவரணைகள்)

எண்பதுகள்ள கடலூர்ல சேர்ந்து வேலை பார்த்தோம் எங்களுக்கெல்லாம் முன்னுதாரணம் அவர்

ம்

நாங்க மீட்டிங்லாம் ஒன்னா போவோம் நிறைய சொல்லித் தந்துருக்கார் எங்களுக்கெல்லாம்

ம்

அவர மாதிரி ஆனஸ்டா இருக்கணும்னு எங்களுக்கெல்லாம் ஒரு லட்சியம் இருந்தது

ம்

ஆனா அவர் ரொம்பப் பாவம்

... ...

உங்களோட தம்பி சின்னக் குழந்தை செத்துப் போனதை
அடிக்கடி நினைச்சிக் கண்கலங்குவாரு

தம்பியா

ஆமா ரெண்டு மாசக் குழந்தையா இருந்தப்ப அவன்மேல
ஃபேன் விழுந்து செத்துப் போனானே நாங்ககூட சார் பாவம்னு
பேசிப்போம்

அப்படியெதுவும் இல்லியே

இல்ல உங்களுக்கே அப்ப இரண்டோ மூணோதான் வயசுனு
சொல்லியிருக்காரு அதனால தெரிஞ்சிருக்காது

அப்படியெதுவும் அம்மா அப்பா என்கிட்டே சொன்னதில்லியே

சொல்லவேண்டாம்னு விட்டிருப்பாங்க

வேற யாருமேகூட சொன்னதில்லியே

ஓ அப்டியா ஆனா எங்களுக்கெல்லாம் தெரியும் சரி லைன்
சரியில்ல விட்டுவிட்டுக் கேக்குது அப்புறம் பேசறேன்

பெருந்தேவி

மக்களாட்சியில்தான் வாழ்கிறோமா?

பல ஆண்டுகளாகக்
கண்டுகொண்டிருந்த
கனவுதான் மக்களாட்சி
என்ன ஒன்று
நல்ல கனவு அது
இப்போது
தூக்கத்திலிருந்து
அடித்து உதைத்து
எழுப்பிவிட்டார்கள்
இந்தக் கேள்வியைச்
சட்டுபுட்டென்று
கேட்டுவிட்டு
வாய்களைத்
தயாராக வைத்துக்கொள்ளுங்கள்
சூட்டுக்கோல்களுக்கு
ஆர்டர் கொடுத்தாகிவிட்டது

வரிசை: இரண்டு கவிதைகள்

வரிசை 1
தேசபக்தி

இரை தின்ற மலைப்பாம்பு வரிசை
வால்நுனியில் இளம்பெண்
கால் மாற்றிக் கால் மாற்றிச்
சமாளிக்கிறாள்
எட்டியெட்டிப் பார்க்கிறாள்
செல்லா நோட்டுகளின்
தலைத் தோரணம்
நாக்கு வறள்கிறது
உடல் நசுங்கிய தண்ணீர் பாட்டிலைக்
கைப்பையிலிருந்து எடுக்கிறாள்
குடிக்காமல் வைக்கிறாள்
முட்டுகிறது மக்கு அடிவயிறு
அதற்குத் தேசமும் தெரியவில்லை
பக்தியும் தெரியவில்லை
நரி-பரி சிவபெருமான்
தற்காலிகக் கணக்கிலாவது
அவளை ஆணாக்கினால்
அவசரத்துக்கு இருக்க
வசதியாயிருக்கும்
பக்கத்தில் ஏதாவது சந்து கிடைக்கும்
உருப்படியான ஒரு திருவிளையாடல்
அவர் resume-வுக்கும்
மகிமை சேர்க்கும்

பெருந்தேவி

வரிசை 2
கரிசனம்

ஒவ்வொரு வீட்டிலிருந்தும்
ஒவ்வொரு வரிசைக்கும்
யார் அனுப்பப்படுகிறார்கள்
பால் தண்ணீர் ரேஷன் வங்கி
யார் போய் நிற்கவேண்டுமென
யார் தீர்மானிக்கிறார்கள்
இந்த ஆள் இளிச்சவாய் என
எப்படி முடிவுக்கு வருகிறார்கள்

உறவின் எந்தக் கிளையில்
பாரம் ஏற்றப்படுகிறது
முகஸ்துதியின் என்ன சங்கீதம்
புளுகின் என்ன சூட்சுமம் அப்போது

பொறுப்பைத் தட்டிக் கழிப்பவர்கள்
தத்தம் அடையாளங்களில்
எந்த ராசிகளைச் சேர்ந்தவர்கள்
அந்தஸ்தில்
எந்த அரியணைகளைப் பிடித்தவர்கள்

வரிசைக்கென்றே நேர்ந்துவிட்ட
தியாகச் செம்மலிடம்
வரிசை நலத்தை
விசாரிப்பதெல்லாம் இருக்கட்டும்
சில நாட்கள் சில பொழுதுகள்
அவரிடம்
சிடுசிடுக்காமலாவது இருப்பார்களா
குடும்ப இதரர்கள்
அடுத்த வரிசைக்கு அவரைத்
தயார்செய்யும் பொருட்டாவது

கலைஞனால் காதலிக்கப்படுதல்

ஒரு கலைஞனால் காதலிக்கப்படுதல் மகத்தானது
கலையில் நீடூழி வாழ்வதெல்லாம் விஷயமேயில்லை
உண்மையில்
தரமான 'ஆசிட்' அன்றி அந்தக் காதலுக்கு உவமானமில்லை
ஆயிரம் தட்டுகளில் என்னையிட்டு அது
மேகங்களுக் கிடையே பொதி த்து ம் வை ப்பது
அங்கிருந்து பார்த்தால்
உலகமே சின்னக்குழந்தையாக
இடுப்பில் தூக்கிவைத்துக் கொள்ளலாம்

ஒரு கலைஞனால் காதலிக்கப்படும்போது
அவன் தீயை வரைந்தால்
என் நாக்குகள் அதில் அலைகின்றன
அவன் நாயை வரைந்தால்
உடனே விளையாடுகிறேன் ஒரு பந்துடன்
அவன் கால்களை வரைந்தால்
என் கால்களில் மயிர்க்கூச்சம்
அவன் கண்ணீரை வரைந்தால்
அதில் மினுங்கிக் கரைந்தேவிடுகிறேன்

உண்மையில்
ஒரு கலைஞனால் காதலிக்கப்படுவதென்பது
சித்தப்பிரமைக்குள் பல கைகளால் தள்ளப்படுவது
ஐம்பூதங்களில் ஒன்றாக
ஒரு மிருகத்தின் உறுப்பாக
ஒரு பொருந்தா உணர்வாக
யாருக்குமான உப்பாக
உருமாறியேவிடுவது

உண்மையில்
ஒரு கலைஞனால் காதலிக்கப்பட வேண்டுமென்பதில்லை

பெருந்தேவி

காதலிக்கப்படுவதாக நினைப்பதே
சித்தப்பிரமையில் திளைக்கப் போதுமானது
என்னை நானே சகித்துக்கொள்ளக் கிடைத்திருக்கும்
ஒரு வாய்ப்பு
வேறெங்கும் கிளைகளில்லாத எனக்கேயான
ஓர் அதிர்ஷ்டம்

பிரதி

நான் நல்ல பெண்ணல்ல
என்னில் அன்பு கொழிப்பதில்லை
பூக்கள் எனக்குப் புரிவதில்லை
மழை பெய்தாலே டிசம்பர்
கண்ணைச் சாத்திக்கொள்கிறேன்
கூட்டங்களில் காலை மிதித்துவிட்டு ஓடும்
குழந்தைகளை எனக்கும்
குழந்தை நட்சத்திரங்களாகப் பயின்றுவரும்
குழந்தைகளுக்கு என்னையும்
ஒருபோதும் பிடிப்பதில்லை
நெளிவுசுளிவுகளின் கலை
விரும்பியும் கைகூடவில்லை
முக்கியமாக
ஆண் பிரமுகர்களிடம்
சார்கள்
போட்டுப் பேசுவது
அப்படிப் பேச நினைக்கும்போது
நாக்கு சுயிங்கமாய் உருண்டு
மேலண்ணத்தில் ஒட்டிக்கொள்கிறது
ஓரிருமுறை பழக்க தோஷத்தில்
எழுந்து நிற்க முயன்றேன்
என் கொழுப்புற்ற கால்கள்
ஒத்துழைக்கவில்லை
அவர்களைக் குள்ளமாக்கிக் காட்டவே
நின்று பார்க்கிறேன் எனக்
குற்றஞ்சாட்டப்பட்டிருக்கக் கூடும்

நான் நல்ல பெண்ணல்ல
பலசமயம் நானும் தனிமையும்தாம்
சேர்ந்து தேநீர் அருந்துகிறோம்
கடைகண்ணிக்குப் போகிறோம்
மோசமாய் வம்பளக்கிறோம்
கூடா உறவு கொள்கிறோம்

நான் நல்ல பெண்ணல்ல
இது பாவ மன்னிப்புத் தொனியல்ல
பைசா பெறாத தகவலும்கூட
ஆனால் உங்கள் விழிகள்
படமெடுத்து ஒளிர்பவை
அவற்றிலென்னைப்
பிரதியெடுத்துக்கொள்கிறேன்
அச்சு அசலாக
வார்த்தை ரூபங்களாக
இந்த என்னை
நான் மறந்துவிடாதிருக்க
கடிபட்டாலும்தான்

கோயிலில் காலண்டர் கலையில்
கனவில் காந்த ஸ்டிக்கர்களில்
காளியைப் பார்க்கும்போதெல்லாம்
அந்த ஆட்டப் போராட்டத்தையும் பார்க்கிறேன்
ஒரு நாள் கட்டாயம் கேட்பேன்
தம் பிடித்து என்ன ஆடி என்ன
ஸ்கோரில் முன்னேற முடியாதென
ஒரு பாதம் கீழே பதிய
இன்னொன்றை உன் தலைக்கு மேல்
அவன் தூக்கியபோதுதான்
சீ வெக்கங்கெட்டவன் என்று
உள்ளுக்குள் சிரித்தபடி
உன் தாம்பூல நாக்கை
வெளியே நீட்டியதாக
ஊருக்குள் பேசிக்கொள்கிறார்களே
உண்மையா?

பெருந்தேவி

இன்று ஐந்தென ஒரு பல்லிச் சத்தம்

வீடு காலியாகிவிட்டது
கார்களும் பைக்குகளும் பறந்துவிட்டன
கரைத்த சாம்பல்
கரைத்த இன்னபிறரின்
அதே சாம்பல்வழி
அதே நீர்க் கால்கள்
குட்டி ஸ்டூல் மீது ஏற்றி வைத்த
தீபம் நாக்கின் வேகத்தைச்
சட்டெனக் கூட்டி
அலைபாய்கிறது
'வந்த வழி
தொலையாமல் போய்ச்சேர
நினைவிருக்கட்டும்
வந்த வழி'
அட சுடரே!
நீ முதலில்
ஆடாமல் அசையாமல்
நிற்கக் கற்றுக்கொள்
இறந்தவர் வழி தொலைக்கும்
புராணப் படலம் எதிலும்
இவர் பெயரில்லை
அது தெரியுமா உனக்கு
வாயாடிச் சுடரே!

(அப்பாவுக்கு)

போக்குவரத்துக் கடவுள்

போதும் உன் சிவப்பு
ரொம்பத்
தவிக்கவிடாதே எம் கடவுளே
தன்னிச்சையாய் உன்
பச்சைத் திருமுகத்தை
ஒருசில நொடிகளாவது காட்டேன்
நாற்சக்கர மூன்று சக்கர
இரு சக்கர இத்யாதிகளுக்கு
நீயே கடாட்சம் நீயே கதி
கண்ணெதிரே நீலக் காகித அலை
கனிவற்ற நகர ஓட்டம்
விசும்பும் புழுதிக் கூட்டம்

அதோ ஒரு மாடு
அதுவும் காத்திருக்கிறது
கோணலான வலதுபுறக்
குப்பைச் சாலை முனையில்
அவர்களுக்கேனோ
அருள்பாலித்துவிட்டாய்
ஓரவஞ்சனைக் கடவுளே
கிளம்பும் பைக்-கின் சக்கரங்கள்
தானும் மாட்டிக்கொண்டோடுகிறது மாடு
எதற்கு இத்தனை பரபரப்பு அதற்கு?
ஒருவேளை அத்திசையில் இருக்கலாம்
சுவைமிக்க ஒரு சுவரொட்டி
எனக்கும் போகவேண்டும்
அந்தத் தொலைக்காட்சி சீரியல்
தொடங்குமுன்

பெருந்தேவி